ஹைட்ரா

பல தலைகள் கொண்ட இராட்சத மிருகம்

சிறார் நாவல்

ஹைட்ரா

பல தலைகள் கொண்ட இராட்சத மிருகம்

உ.மணிகண்டன்

Hydra : Pala Thalaikal Konda Ratchatha Mirugam (in tamil)

U.Manikandan

First Published: October, 2021

Published by
BOOKS FOR CHILDREN
im print of Bharathi Puthakalayam
7, Elango Salai, Teynampet, Chennai - 600 018
Email: thamizhbooks@gmail.com / www.thamizhbooks.com

ஹைட்ரா : பல தலைகள் கொண்ட இராட்சத மிருகம்

உ.மணிகண்டன்

முதல் பதிப்பு: அக்டோபர், 2021

சித்திரம்: வாசன்

வெளியீடு:

புக்ஸ் ஃபார் சில்ரன் - பாரதி புத்தகாலயத்தி ஓர் அங்கம்
7, இளங்கோ சாலை, தேனாம்பேட்டை, சென்னை - 600 018
தொலைபேசி : 044-24332424, 24330024, விற்பனை: 24332924

விற்பனை நிலையங்கள்
மதுரை: 37A, பெரியார் பேருந்து நிலையம் - 045 22324674 | ஈரோடு: 39: 39 ஸ்டேட் பாங்க் சாலை - 9245448353
திண்டுக்கல்: பேருந்து நிலையம் - 9942331105, 9976053719 | பழனி: பேருந்து நிலையம் அருகில் - 9442883696
திருப்பூர்: 447, அவினாசி சாலை - 9486105018 | சேலம்: பாலம் 35, அத்வைத ஆஸ்ரமம் சாலை 0427 2335952
திருவல்லிக்கேணி: 48, தேரடி தெரு - 9444428358 | வடபழனி: பேருந்து நிலையம் எதிரில் அடையார்
ஆனந்தபவன் மாடியில் - 9444476967 | பெரம்பூர்: 52, கூக்ஸ் ரோடு - 9444373716
திருவாளூர்: 35, நேதாஜி சாலை - 9442540543 | சேலம்: 15, வித்யாலயா சாலை சாலை
திருநெல்வேலி: 25கி, ராஜேந்திரநகர் - 9442149981
மதுரை: சர்வோதயா மெயின்ரோடு | குன்னூர்: N.K.N வணிக வளாகம் பெட்போர்ட்
செங்கல்பட்டு: I D ஜி.எஸ்.டி சாலை - 044 27426964 | விருதுநகர்: 131, கச்சேரி சாலை - 0456 2245300
கும்பகோணம்: 352, ரயில் நிலையம் எதிரில் - 9443995061 | வேலூர்: பேஸ் III, சத்துவாச்சாரி - 9442553893
நெய்வேலி: பேருந்து நிலையம் அருகில், - 9443659147
தஞ்சாவூர்: காந்திஜி வணிக வளாகம் காந்திஜி சாலை - 9655542400
கோவை: 77, மசக்காளிபாளையம் ரோடு, பீளமேடு - 8903707294
திருச்சி: வெண்மணி இல்லம், கரூர் புறவழிச்சாலை - 9994289492
திருவண்ணாமலை: முத்தம்மாள் நகர் | நாகர்கோவில்: 699 கே.பி. ரோடு R.A.புரம் - 9443450111
சிதம்பரம்: 22A / 18B தேரடி கடைத் தெரு, கீழவீதி அருகில் - 9994399347
கரூர்: நாரத கானசபா அருகில் (TNGEA OFFICE) - 9442706676
காரைக்குடி: 12, 2 வது தெரு, கம்பன் மணிமண்டபம் பின்புறம் - 9443406150
பாண்டிச்சேரி : கிழக்-கு கடற்கரைச்சாலை, இலாசுப்பேட்டை, 9486102777
அருப்புக்கோட்டை: கதவுஎண் 49 A/4 மெயின் ரோடு, தெற்கு தெரு - 9994173551

நினைத்த நூல்கள்... நினைத்த நேரத்தில்...

அச்சு: பிரிண்டெக், சென்னை - 600 005.

1

*ச*மரி என்ற தீவின் அமைச்சர் மருதாச்சல தேசிகர், அவர் ஒரு பாய்மரக்கப்பலின் சிறிய ஜன்னல் இல்லாத அறையில் ஒரு துணியால் மூடப்பட்ட மரப்பெட்டியின் மீது, பீதியடைந்த முகத்துடன் நெஞ்சு படபடக்க வியர்த்து விறுவிறுத்து உட்கார்ந்திருந்தார். எந்த நேரத்திலும் அந்தக் கப்பலில் உலாவிக் கொண்டிருக்கும் கடற் கொள்ளையர்களின் கைகளினால் உயிர் போய்விடும் என்று எண்ணி எண்ணி, அந்தப் பயமே அவரின் உயிரைக் குடித்துவிடும் போலிருந்தது அவருக்கு. தாம் எடுத்து வரும் பொருளின் பாதுகாப்பிற்காக சமரித் தீவின் மன்னர் மார்த்தாண்ட வர்மர் அனுப்பிய இருபது வீரர்கள் மற்றும் ஒரு படைத்தளபதியின் உயிரும் இந்நேரம் போயிருக்கும் என்று எண்ணி மனவேதனை அடைந்தார். அவர் அறைக்கு வெளியே ஆட்கள் நடமாட்டம் தெரிந்ததால் இனி கதை முடிந்தது என்று முடிவே செய்து கொண்டார்.

உயரமான வாட்ட சாட்டமான கட்டையான மீசை கொண்ட கடற்கொள்ளைக்கார காரங்கன் தன் இரத்தம் தோய்ந்த வளைந்த பட்டாக்கத்தியால் மெதுவாக டக் டக் டக் என்று தேசிகரின் அறைக் கதவைத் தட்டி "என் மதிப்பிற்குரிய சமரித் தீவின் கிழ அமைச்சரே.. நான் உள்ளே வரலாமா..." என்று ஏளனப் பணிவுடன் கேட்டதைக் கண்டு, அவனுக்குப் பின்னால் நின்று கொண்டிருந்த அவனது ஆட்கள் ஹஹ..ஹஹ...ஹஹஹ என்று கூட்டமாகச் சிரித்தார்கள். அமைச்சருக்கு கை கால்கள் உதற ஆரம்பித்தன.

"நீங்கள் இவ்வறையில் தான் இருக்கிறீர்கள் என்று எமக்குத் தெரியும். இங்கு என்னைத் தவிர உங்களுக்கு உதவ யவரும் உயிருடன் இல்லை. நீங்களே கதவைத் திறந்துக் கொடுக்க வேண்டியவற்றைக் கொடுத்தால், உங்களை உயிருடன் விடுவதைப் பற்றி யோசிப்பேன்.. இல்லையென்றால்...என்ன நடக்கும் என்று நான் சொல்லி உமக்குத் தெரிய வேண்டியதில்லை. நான் மூன்று எண்ணுவதற்குள் நீர் கதவை திறக்க வேண்டும். ஒன்று.....''

'என்ன ஆனாலும் கதவைத் திறக்கப் போவதில்லை.' என தனக்குள் சொல்லிக் கொண்டு தைரியத்தை வரவழைக்க முயன்றார் தேசிகர்.

"இரண்டு..."

"இறைவா.. இறைவா..."

"மூன்று."

'படார்' என கதவை உதைத்தே திறந்துவிட்டான் காரங்கன்.

வாயைச் சுளித்துக்கொண்டு "ம்ம்...சாகப்போகும் நேரத்திலும் உங்களின் துணிவு என்னை ஆச்சர்யப்படுத்துகிறது. பலே..பலே... விசயத்திற்கு வருவோம். ஹைட்ராவின் முட்டை எங்கே!" என்று கடுகடுப்பான குரலில் கேட்டான் காரங்கன்.

தன் சொட்டைத் தலையைத் துடைத்துக் கொண்டு "எனக்குத் தெரியாது...நீ எதைப் பற்றி பேசுகிறாய் என்றே தெரியவில்லை." என்று சொல்லி, தன் எச்சிலை சிரமப்பட்டு விழுங்கினார் மருதாச்சல தேசிகர்.

காரங்கன் பெருமூச்சு விட்டு விட்டு, "உங்களுக்கு பொய் சொல்லவே வரவில்லை. எதற்கு இந்த தேவையில்லாத முயற்சி. நான் திரும்பவும் கேட்கிறேன். ஹைட்ராவின் முட்டை எங்கே? சொல்லப் போகிறீரா இல்லையா..." என்று மிரட்டினான்.

"எனக்குத் தெரியாது" என்று அவர் சொல்லி முடிக்கையில் 'பலார்' என்று அவர் கன்னத்தில் விழுந்த அறையால் நிலை தடுமாறி கீழே விழுந்தார். அவர் விழும் போது அப்பெட்டியினைப் போர்த்தியிருந்த துணியும் விலகியது. அப்பெட்டி ஒரு பெரிய பூட்டால் பூட்டப்பட்டிருந்தது.

"அட பெட்டி... அதன் மீதே அமர்ந்து கொண்டு தெரியாது என்று சொல்கிறீரா" என்று அவரின் வயிற்றில் ஓங்கி உதைத்தான். அவர் வலிதாங்க மாட்டாமல் துடித்தார்.

"அடேய் அந்தப் பூட்டை உடைத்து அப்பெட்டியைத் திற.." என்று அவனது ஆட்களில் ஒருவனுக்கு ஆணையிட்டான். முட்கள் முட்களாக இருக்கும் ஒரு இரும்புக் கதாயுதத்தைக் கொண்டு அவன் அப்பூட்டை ஒரே அடியில் உடைத்தெறிந்தான். அப்பெட்டியைத் திறந்து எட்டிப் பார்த்தான். வைக்கோள்களால் சூழப்பட்டு பத்திரமாக வைக்கப்பட்டிருந்த ஆரஞ்சு நிற முட்டை இருந்தது. அதை எடுத்து "தலைவா முட்டை கிடைத்துவிட்டது" என்று பெரும் ஆனந்தத்தோடு கொண்டு வந்து காரங்கனிடம் கொடுத்தான்.

அம்முட்டையை வாங்கி சுற்றிச் சுற்றிப் பார்த்து விட்டு, அதை கொண்டுவந்தவன் முகத்திலேயே 'டப்' என்று உடைத்து விட்டு,

"மடையா.. இது வாத்து முட்டை..விலகிப் போடா" என்று வெம்பினான்.

தேசிகரைப் பார்த்தபடி "ஹைட்ராவின் முட்டையை இவ்வளவு எளிதில் உடைக்க முடியாது; இரம்பத்தாலும் கூட அறுக்க முடியாது என்று எனக்குத் தெரியும். அப்படியிருக்க இந்த அழுகிப்போன வாத்தின் முட்டையை எடுத்துப் போவதற்கு என்னை வாத்துமடையன் என்று நினைத்தீரோ... நான் காரங்கன்" என்று தன் தலை நரம்புகள் முறுக்கச் சொல்லிக் கொண்டு தன் ஒற்றைக் காலைத் தூக்கி 'தொம்' என கம்பளம் விரிக்கப்பட்ட தளத்தில் உதைத்தான்.

அந்தச் சத்தத்தில் அவனது காலுக்கு அடியில் ஏதோ அறை இருப்பது போல் தோன்றியது. தன் உதட்டை ஒரு பக்கமாக சுளித்தபடி மெல்லிய புன்னகை பூத்தபடி கம்பளத்தை வெடுக்கென்று இழுத்து அப்புறமாக தள்ளி விட்டு, அங்கிருந்த மூடி போன்ற கதவை மேற்புறமாக திறந்தான். அதனுள் ஒரு நான்கு அடிக்குக் கனத்த தண்டவாளப்பெட்டி இருந்தது.

"கண்டு கொண்டேன்... அடேய் பார்த்துக் கொண்டே நிற்காமல் இதை மேலே எடுத்து வையுங்களடா.." என்று ஆணையிட, நால்வர் வந்து அந்தப் பெட்டியைத் தூக்க முடியாமல் தூக்கி மேலே வைத்தனர்.

"அதன் சாவி.." என்று தேசிகரைப் பார்த்து காரங்கன் ஏதோ சொல்ல வரும்போது, "என்னிடம் இல்லை. வேண்டாம்.. அதை அங்கேயே.. வைத்துவிடு..." என்று கத்தினார் மருதாச்சல தேசிகர்.

"ஹஹ .ஹஹா... சாவியா எங்களுக்கா... சாவி தேவையில்லை என்று சொல்ல வந்தேன்.. அந்தப் பெட்டி திறப்பவனை வரச் சொல்லுங்கள்" என்றான்.

"நான் திறக்கிறேன்.. நான் திறக்கிறேன்.." என்று போட்டி போட்டபடி இருவர் வந்தார்கள்.

"சண்டை போடாமல் திறங்களடா.." என்று அவர்களை நோக்கிச் சொல்லிவிட்டுக் கேலியாக தேசிகரைப் பார்த்தான் காரங்கன்.

"காரங்கா.. நீ.. எரிமலைத் தீவின் மன்னன் உக்கிரசேனனின் சொற்படிதான் இதையெல்லாம் செய்கிறாய் என்று எமக்குத் தெரியும்... நம் சண்டையை இதில் காட்ட வேண்டாம்.. இது அனைவருக்கும் பொதுவான எதிரி.. இதை உடனே மங்காள்

பாலைவனத்தில் புதைத்தாக வேண்டும். அதன் மீது பெரிய பிரமீடைக் கட்டுவதற்கு அந்நாட்டின் அரசர் மூம்பர் உதவுவதாகச் சொல்லியிருக்கிறார். இதை உடனே அங்கே எடுத்துச் செல்ல வேண்டும். ஏற்கனவே இம்முட்டையை கண்டுபிடிப்பதில் காலதாமதம் ஆகிவிட்டது. இன்னும் ஒரு வாரத்தில் முட்டை பொறிந்துவிடும் வாய்ப்புள்ளது. அதற்குள் இதை வறண்ட பூமியில் புதைத்தாக வேண்டும்." என்று மூச்சடைக்கச் சொன்னார்.

"காலதாமதம் இல்லை கிழவா.. கச்சிதமான தருணத்தில் எங்கள் அரசரின் வருங்கால வளர்ப்புப் பிராணி எங்களிடம் வந்தடைந்திருக்கிறது. இது எங்கள் அரசை பெரும் பேரரசாக மாற்றப்போகிறது. இதை புதைப்பதா?! ம்ஹூம்.. "

"எங்கள் மதி கொண்ட அரசர் நினைத்திருந்தால், இதை அவரே வளர்த்தி உங்கள் மீது ஏவி உங்கள் தீவை உருத்தெரியாமல் அழித்திருக்க முடியும். ஆனால் இதைக் கட்டுப்படுத்த முடியாது என்பதை அவர் உணர்ந்து கொண்டுதான் இதை அழித்து விட முடிவு கட்டியிருக்கிறார்."

"உன் அரசனுக்கு வயதாகிப் போய்விட்டது. இதை வளர்க்கும் அளவிற்கு அவரின் உடம்புக்கும் தெம்பில்லை...அவர் நெஞ்சுக்கும் துணிவில்லை" என்று கேலியாகச் சொன்னான்.

"இந்த மனித ஊனையே ருசித்துச் சாப்பிடும் இராட்சதனை முட்டாள் கூட வளர்ப்புப் பிராணியாக வளர்த்தமாட்டான். என் அரசரைப் பற்றிப் பேச, அனைவரிடத்திலும் வழிப்பறி செய்து கொள்ளையடிக்கும் உனக்கும் தகுதியில்லை.. உன்னைப்போல் திருடனிடம் சேர்க்கை வைத்திருக்கும் உன் மானங்கெட்ட அரசன் உக்கிரசேனன் என்ற மூடனுக்கும் தகுதியில்லை."

"நிறுத்து உன் பிதற்றலை..." என தேசிகரின் கழுத்தில் தன் காலை வைத்து அழுத்தினான் காரங்கன்.

"தயவு செய்து நான் சொல்வதைக் கேள்... எங்களைப் போக விடு" என்று கதறியபடி தேசிகர் கெஞ்சிக் கொண்டிருக்கும் போது, "தலைவரே பெட்டியைத் திறந்துவிட்டோம்" என்று ஒருவன் கத்தியதால், காரங்கன் அவரை விட்டுவிட்டு ஆவலோடு பெட்டியினுள்ளே இருப்பதைப் பார்க்கச் சென்றான். அதனுள் இரண்டடி உயிரத்தில் கருப்பு வெள்ளை நிற வளையங்களோடு பளபளப்பான ஒரு பெரிய முட்டை இருந்தது. அந்த கனமான முட்டையை வெளியே எடுத்துக் காரங்கனிடம் கொடுத்தான் அப்பெட்டியைத் திறந்தவன். அம்முட்டையை உற்றுப் பார்த்த

காரங்கன் "ஹஹ..ஹஹஹஹ... கிடைத்துவிட்டது.. இது சாதாரண முட்டையில்லை...நமக்குக் கிடைத்த மாபெரும் பொக்கிஷம்..." என்று சந்தோசத்தில் திளைத்தான் காரங்கன்.

"இதை மன்னரிடம் சேர்ப்பித்தால் அளவிட முடியாத செல்வத்தையும், படைத்தளபதி ஜித்ரசீலனைக் கொன்று, அவரது பதவியையும் எனக்கே தருவார்." என்று சந்தோசமாக சொல்லிக் கொண்டிருக்கும் போது, 'ஜித்ரசீலனாவது இவர்கள் செயலை தடுக்க வேண்டும்... இறைவா..' என்று வேண்டினார் தேசிகர்.

"வந்தது கிடைத்துவிட்டது. வாங்கடா போகலாம்.." என்று சந்தோசத்தோடு காரங்கன் அதை எடுத்துச் செல்லும்போது, "அட மறந்துவிட்டேன்..அடே தடியா.. அந்த கிழவனின் கதையை முடித்து விட்டு வா.. " என்று ஒருவனை ஏவி விட்டுவிட்டு சந்தோசமாக, அந்தக் கப்பலில் இருந்து, கருப்பு நிறப் பாயில் சிவப்பு நிறத்தில் நண்டுப் படம் வரைந்த, தன் பெரிய பாய்மரக்கப்பலோடு இணைத்து வைக்கப்பட்டிருந்த மரப்பலகையின் மீது வீரநடை போட்டுச் சென்றான்.

அவனது ஆட்களெல்லாம் இக்கப்பலுக்கு வந்த பிறகு, மருதாச்சல தேசிகருடைய கப்பலின் மீது வெடி அம்பை எய்து அதைத் தீக்கிரையாக்கி விட்டு அவ்விடம் விட்டு எரிமலைத் தீவை நோக்கி தன் மாலுமிகளிடத்தே கப்பலை செலுத்தச் சொல்லி விட்டு, தன் அறைக்குச் சென்று அந்த முட்டையை தன் மஞ்சத்தின் மீது வைத்துவிட்டு, மேஜைக்கு அடியில் உள்ள சிறிய அறையில் வைத்திருந்த உயர்ந்த ரக மதுக் குடுவையையும் பித்தளைக் கோப்பையையும் எடுத்தான்.

மதுவை பித்தளைக் கோப்பையில் ஊற்றி, அதை மடக் மடக்கென்று குடித்தான் காரங்கன். அங்கிருந்த நாற்காலியில் அமர்ந்து கொண்டு, அந்த பளபளப்பான முட்டையையே பார்த்தபடி, "இன்னும் ஒரே இரவு, நாளை காலையில் உன்னை அரசரிடம் ஒப்படைத்து விட்டால், நானே தளபதி...ஹஹஹஹ.. எல்லாம் உன்னாலே சாத்தியமாகப் போகிறது. நான் உனக்கு நன்றி சொல்லக் கடமைப்பட்டிருக்கிறேன்." என்று சொல்லிக் கொண்டு, குடித்து முடித்த கோப்பையை மேஜை மீது எறிந்து விட்டு, அம்முட்டையையே கட்டி பிடித்தபடி மது மயக்கத்தில் தூங்கிவிட்டான்.

வைகறை இரண்டே முக்கால் மணிக்கு, கிட்டத்தட்ட எரிமலைத் தீவிற்கு அருகே வந்து கொண்டிருந்தபோது வெளியில் இடியும்

மின்னலுமாக பெருமழை பெய்ததால், கப்பல் ஆட்டம் கண்டது. ஒரு பெரும் இடியின் போது அம்முட்டை விரிசல் விட்டது. அதனுள் இருந்து ஒரு சிறிய கண் எட்டிப் பார்த்தது. மறுபடியும் மின்னலுடன் கூடிய பெரும் இடியின் போது, அம்முட்டை ஓட்டை முழுவதுமாக உடைத்துக் கொண்டு ஒரு பெரிய உடும்பைப் போல் தலையுடனும், அதன் பக்கங்களில் அதே போன்று இரு சிறிய தலைகளுடனும், பெரிய கண்களுடனும், கூரிய பற்களைக் கொண்ட வாயுடனும், பாம்பினைப் போன்ற பெரும் நாக்குடனும், வழுவழுப்பான செதில்களுடனும், நீண்ட கழுத்துடனும், முதுகுப் புறத்தில் முதலையைப் போல் கரடுமுரடான தோலுடனும், ஓணானைப் போன்ற நீண்ட காலுடனும், ஓயாமல் நெளிந்து கொண்டே இருக்கும் வாலுடனும், கொலைப்பசியுடனும் சீறியபடி வெளியே வந்தது இரண்டடி உயரம் கொண்ட ஹைட்ரா குட்டி.

முட்டை உடைந்ததால் காரங்கனின் கை அதன் மீது விழுந்து அதன் ஒரு தலையை அழுத்த, அதிலிருந்து நழுவிக் கொண்டு நகர்ந்து, தூக்கத்தினாலும் கப்பலின் அசைவுகளினாலும் அங்கும் இங்கும் மெதுவாக அசைந்து கொண்டிருக்கும் காரங்கனின் தலையையும், தொண்டையையும், வாயையும் பார்த்தன ஹைட்ராவின் மூன்று தலைகள்.

அதன் வயிறு பசியால் துடிக்க, சட்டென்று பாய்ந்து அவன் கழுத்தைக் கடித்து அவன் இரத்தத்தை உறிஞ்ச ஆரம்பித்தது ஹைட்ராவின் மையத்தலை. பக்கத்தலைகள் அவன் கன்னத்தையும் வாயையும் கடிக்க, வலியால் அலறிக் கொண்டு எழுந்த காரங்கன், மஞ்சத்திலிருந்து கீழே விழுந்து அதனோடு சேர்ந்து உருண்டு, தன் கைகளால் அதைப் பிடித்து இழுக்க முயன்றபடி புரண்டு, மேஜையையும் நாற்காலியையும் உதைத்துத் தள்ளினான். தன் இடுப்பில் எப்போதுமே வைத்திருக்கும் சிறிய குறுவாளைக் கொண்டு, அதன் உடம்பை இரண்டு முறை குத்தினான். அப்பவும் அது விடவில்லை. பெரிய தலையை அறுக்க முயன்றான் அது இரும்பைப்போல இருந்ததால் அதனை அறுக்க முடியவில்லை. தன் கன்னத்தசைகளை பிய்த்துக் கொண்டிருந்த சிறிய தலையை கர கரவென்று அறுத்து எறிந்தான். ஆனாலும் ஹைட்ராவின் விசக்கடியாலும், இரத்தம் அதிகமாக உறிஞ்சப்பட்டதாலும், வலி உச்சத்தை அடைந்ததாலும் கொஞ்சம் கொஞ்சமாக அவன் பிடியின் வலு, குறைந்து கைகள் திறனில்லாமல் கீழே விழுந்தன. குறுவாளும் கீழே விழுந்தது.

ஹைட்ராவின் வெட்டப்பட்ட கழுத்திலிருந்து மெல்ல மொட்டு போன்று இரு தலைகள் வளர ஆரம்பித்தன. அவனால் குத்தப்பட்ட கிழிந்த ஹைட்ராவின் தோல் விரைவில் குணமடைந்தது.

காரங்கனின் அறையில் ஏதோ சத்தத்தை கேட்ட, தலைவரின் மீது மிகுந்த அன்பு கொண்ட அவன் ஆட்களின் ஒருவன். "தலைவரே.. தலைவரே.. " என்று கதவைத் தட்டினான். ஏதோ எலும்பைக் கடித்து உண்பதுபோல் சத்தம் கேட்டதால், தலைவர்தான் இவ்வேளையில் சாப்பிடுகிறாறோ என்று சந்தேகம் எழுந்தது அவனுக்கு. இருந்தாலும் தனக்கு பதில் சொல்லாமல் இப்படி அவர் சாப்பிடமாட்டார் என்று மேலும் இரண்டு மூன்று முறை தட்டிப் பார்த்து விட்டு, "தலைவரே.." என்று சொல்லியபடி கதவைத் திறந்தான்.

இரத்த வெள்ளத்தில் கிடந்த தலைவரின் நெஞ்செலும்பைக் கடித்துக் கொண்டிருந்த, ஹைட்ராவின் தலைகள் மூன்றும் ஒவ்வொன்றாகத் திரும்பி அவனைப் பார்த்தன.

அதைப் பார்த்ததும் அவனுக்குப் பேச்சு வரவில்லை. சட்டென்று கதவைச் சாத்திவிட்டு ஓடினான். வேகமாக ஓடி, நடந்ததை அனைவரிடத்திலும் சொன்னான். அவர்களால் அவன் சொல்வதை நம்ப முடியவில்லை. நம்பாமல் இருக்கவும் முடியவில்லை. இருப்பினும் தலைவரின் நிலையை அறிந்து கொள்ள விரைந்தார்கள்.

ஒவ்வொருவரும் கையில் வாளை ஏந்தியவாறு காரங்கனின் அறைக்கு வெளியே நின்று கொண்டிருந்தனர்.

அக்கூட்டத்திலிருந்த ஒருவன் "கதவைத் திறடா..." என்றான்.

"நான் மாட்டேன்..திறந்தால் அது வெளியே வந்துவிடும்." என்றான் அனைவரையும் திரட்டி வந்தவன்.

"நீ உண்மை சொல்கிறாயா..இல்லை பொய் சொல்கிறாயா.. என்று கதவைத் திறந்தால் தான் தெரியும். நீ ஒன்றும் குடிபோதையில் இல்லையே? தலைவர் நாம் இப்படி அவர் அறையின் வாயிலில் வாட்களோடு நின்று கொண்டிருந்ததைப் பார்த்தால் நம்மைத் தொலைத்து விடுவார்."

"அதற்கு அவர் உயிரோடு இருந்தால் தானே..."

"நீ திறக்கப்போகிறாயா இல்லை.. நான் திறக்கட்டுமா.."

"வேண்டாம்.. நாம் திறக்கவேண்டாம்.. நாம் இங்கிருந்து சென்று விடலாம். நம் கப்பலில் உள்ள சிறு படகைக் கொண்டு அருகே இருக்கும் ஏதேனும் தீவை நோக்கிப் போய்விடலாம்"

"இப்புயலில் படகில் செல்வதா.. நீயும் உன் யோசனையும்.." என்று சொன்னபடி அவனை நகர்த்தித் தள்ளி விட்டு, அவனே கதவைத் திறந்தான். உள்ளே அங்கங்கள் சிதறிக் கிடந்த உடல் இருந்ததே தவிர, ஹைட்ராவைக் காணவில்லை. அவ்வறையின் சிறிய வட்ட வடிவ ஜன்னல் பெரிதாக உடைக்கப்பட்டிருந்தது.

"ஐயையோ.. தலைவரே.." என்று ஒருவன் கத்த, "அது தப்பிவிட்டது.." என்று ஒருவன் கூவ, "அக் கொடிய மிருகத்தைக் கொன்றாக வேண்டும்" என்று ஒருவன் வெறி கொண்டு கத்த, அதன்படியே அனைவரும் அதைத் தேடினார்கள். உட்புறம் தேடிக் கிடைக்காததால் வெளித் தளத்திற்கு வந்து மழையில் நனைந்தபடி தேடினார்கள்.

கப்பலின் மேற்கூரையில் ஏதோ கருப்பாக நின்று கொண்டிருந்ததை ஒருவன் தன் கண்களைக் குறுக்கிப் பார்த்து அறிந்து கொண்டு, "அதோ அங்கு பாருங்கள்..." என்று தன் முகத்தில் விழுந்து வழிந்த மழை நீரை துடைத்துக் கொண்டு சொல்லி முடிக்கும் போது, வந்த மின்னல் ஒளியில், ஒரு பெரிய தலையுடனும் நான்கு சிறிய தலைகளுடனும், நான்கடியாக உயர்ந்தும் நின்று கொண்டு அவர்களைப் பார்த்து தன் பெரிய திறந்த வாய்களால் பற்களைக் காட்டியபடி பயங்கரமான சத்தத்துடன் உறுமியது ஹைட்ரா. அதன் வயிறு மறுபடியும் பசியால் துடித்தது.

அவர்கள் செய்வதறியாது, திகைத்து நிற்க, மின்னல் ஒளி மறைந்ததும், நேரே அவர்களின் மீது தாவி, தன் நெடிய வாலால் அனைவரையும் சுழற்றி அடித்தது. தன் பெரிய நகங்கள் கொண்ட கால்களால் பிராண்டியது. தன் பல தலைகளால் அகப்படுபவர்களை ஒரு கடி மட்டும் கடித்தது. அக்கடிபட்டு ஓடியவர்கள் வாயில் நுரை தள்ளியபடியே கீழே விழுந்தனர். அதை எதிர்த்து நின்ற ஒருவன், அதன் ஒரு தலையை தன் வாளால் வெட்ட, அதன் மறுதலை அவன் தலையைக் கடித்து விழுங்கியது. அதைப் பார்த்தவுடன் நடு நடுங்கியவர்கள் உயிர் பதைக்க கடலில் குதித்தார்கள். அக்கப்பலை விட்டு விலக தங்களால் முடிந்த அளவு நீந்தினார்கள்.

கப்பலில் தன்னைத் சீண்ட ஒருவரும் இல்லை என்ற படியால் ஹைட்ரா மெதுவாக கடிபட்டு மயக்க நிலையில் இருந்தவர்களை உண்ண ஆரம்பித்தது. அதன் தலை வெட்டப்பட்ட இடத்திலிருந்து இரண்டு சிறிய தலைகள் வளர ஆரம்பித்தன.

கப்பலில் கிடந்த அனைவரையும் தின்று முடித்த ஹைட்ரா நீரினுள் குதித்து வேட்டையைத் தொடர்ந்தது.

2

மிகவும் பசுமையான எரிமலைத் தீவின் மையத்தில் இருந்த எரிமலை, முந்தைய இரவு புகையையும் எரிமலைக் குழம்பையும் கக்கியதாகக் கேள்வியுற்று, அத்தீவின் தளபதியும் வில் வித்தையிலும் வாள் சுழற்றுவதிலும் மிகுந்த தேர்ச்சி பெற்ற ஆஜானுபாகுவான ஜித்திரசீலன், அதை நேரில் பார்வையிட தன் நம்பகமான இரு வீரர்களை மட்டும் அழைத்துக் கொண்டு குதிரையில் எரிமலைக்கு விரைந்து சென்றார். எரிமலையின் நிலையை அவ்வப்போது தெரிந்து கொள்ள வேண்டும் என்பது முக்கியமாதலால் உக்கிரசேனனின் தந்தை ராஜநாயகர் அவர் காலத்தில் அந்த மலைப் பாதையை அமைத்திருந்தார். ஆனால் இப்போது உக்கிரசேனனின் ஆட்சியில் அந்த பாதை செப்பனிடப்படாமல் மிகவும் குண்டும் குழியுமாகக் கிடந்தது. இருந்தும் ஜித்திரசீலன் குதிரையை லாவகமாக இங்கும் அங்கும் தாண்ட வைத்து அவருடன் வந்தவர்களை விட வேகமாக முன்னேறினார். எரிமலை இப்போது சீற்றம் இல்லாமல் இருப்பதால் அவரால் நேரே எரிமலையின் வாயிற்கே செல்ல முடிந்தது.

அவர் குதிரையை விட்டு இறங்கி எரிமலையின் வாயின் நடுப் பகுதியை நோக்கி நடந்து சென்ற போது, எரிமலைக் குழம்பின் தெறித்த துளிகள் புதிதாக அங்கு சிதறி கிடந்து இறுகியதை அவரால் பார்த்தவுடன் அறிந்து கொள்ள முடிந்தது. அதன் மையத்திலிருக்கும் அனல் கக்கும் பெரிய கிணறு போன்ற பகுதியை எட்டிப் பார்த்தார். அதன் மையத்தில் எரிமலைக் குழப்பு சிவப்பும் மஞ்சளும் சேர்ந்த நிறத்தில் கொதித்துக் கொண்டிருந்தது. முன்பு எழுபது அடியில் இருந்த இக்குழம்பு இப்போது வெறும் முப்பதடிக்கு வந்துவிட்டது கண்டு ஆச்சர்யமும் கலவரமும் கொண்டார்.

அவருடன் வந்து இணைந்து கொண்ட வீரர்களில் ஒருவன் "தளபதியாரே.. அங்கே பாருங்கள்.. " என்று புதிதாக வெந்து உருகி காய்ந்து கொண்டிருக்கும் பாறை வடுவைக் காட்டினான். "அது வெறும் பத்தடி தான்... பார்க்கப்போனால் இது பத்தடி வரை வந்துவிட்டு மறுபடியும் கொஞ்சம் குறைந்திருக்கிறது." என்றான்.

அவரும் அவனுடன் இருந்த இன்னொரு வீரரும் இவன் சரியாகத்தான் சொல்கிறான் என்பதற்கிணங்க தலையாட்டினார்கள். அவர்களால் பத்து நிமிடத்திற்கு மேல் அந்தக் கனல் முன் நிற்க முடியவில்லை. முகம் மற்றும் உடலெல்லாம் எரிச்சலாக உணர்ந்தார்கள். "சரி..வாருங்கள் போகலாம்.." என ஜித்ரசீலன் சொன்னதால் மூவரும் அங்கிருந்து குதிரையிலேறி புறப்பட்டார்கள்.

அவர் மாளிகைக்கு வர வர சிந்தனையில் ஆழ்ந்தார். எரிமலை வெடிப்பதற்குள் சமரித்தீவிற்கு அருகிலுள்ள கபிலைத் தீவிற்கு நம் மக்களை குடிபெயர வைக்க வேண்டும். இவர் சமரித்தீவின் மன்னரான மார்த்தாண்ட வர்மரிடம் சண்டைக்குப் போகாமல் அமைதி உடன்படிக்கையில் இருந்தால், வர்மர் தம் தீவிற்கு அருகில் நம் மக்களை குடி வைக்க ஒப்புக்கொள்வார். ஆனால் இவரோ அமைதியாக இருக்கும் வர்மரை சீண்டி அவரது வணிகக் கப்பல்களையும், பயணக் கப்பல்களையும் வழிப்பறி செய்து அவரது கோபத்தை அதிகப்படுத்திக் கொண்டிருக்கிறார். அவரும் தன் சிநேகிதர் ராஜநாயகர் மீது கொண்ட அன்பால் நம் தீவின் மீது போர் தொடுக்காமல் விட்டு வைத்திருக்கிறார்.

உக்கிரசேனன் பதவிக்காக தன் சொந்தத் தந்தையான ராஜநாயகரை விஷம் வைத்து கொன்ற விஷயம் தெரிந்திருந்தால் மார்த்தாண்ட வர்மர் கண்டிப்பாக போர்க் கொடியைத் தூக்கியிருப்பார். பிறகு தேவையில்லாத உயிர்சேதமே விளைந்திருக்கும்.

என் தந்தையும் தாயையும் ஏதோ தீவில் மறைத்து வைத்து என்னையும் கைப்பொம்மை ஆக்கிவிட்டார். வேறு வழியில்லாமல் இவர் பிடியில் சிக்கித் தவிக்கிறேன். தந்தையே.. தாயே நீங்கள் கவலைப்படாதீர்கள். நான் ஆட்களை அனுப்பி உங்களைத் தேடிக் கொண்டிருக்கிறேன். நீங்கள் எங்கு இருந்தாலும் விரைவில் உங்களைக் கண்டுபிடித்து விடுவேன். பிறகு இவரது கொட்டத்தை அடக்குகிறேன் என்று தனக்குள் பொருமினார்.

வைடூரியங்களாலான மணிமுடி தரித்தும், உயரமாகவும் சற்று ஒல்லியான உடற்கட்டையும், முறுக்கிய மீசையுடனும் இருந்த உக்கிரசேனன் பிரம்மாண்டமான மாளிகையின் வலப்புறமுள்ள ஆயித சாலையை பார்வையிட்டுக் கொண்டிருந்தார்.

அவரிடம் ஒரு சேவகன் வந்து, "மன்னா.. உங்களைக் காண வியாபாரி ஹமீது வந்திருக்கிறார்." என்றான்.

ஹமீது என்று பெயரைக் கேட்டதும் அவர் முகம் சந்தோசத்தில் பூரித்தது. ஹமீது என்பவன் பல தீவுகளுக்குப் பயணம் செய்து

விசித்திரமான பொருட்களையும் உயிரினங்களையும் கள்ளச் சந்தையில் வாங்கி மன்னர்களிடம் விற்கும் ஒரு வியாபாரி. மன்னர்களுக்குப் பிடிக்க வேண்டும் என்பதற்காகவே ஒவ்வொரு பொருளையும் தேர்ந்தெடுத்து வாங்கி வருவான். அது மிகுந்த கலாரசனையுடனும், பயனுள்ளதாகவும், அவையை அலங்கரிப்பதாகவும் இருக்கும். வருடத்திற்கு ஒருமுறை மட்டுமே வரும் அவன், இதுவரையிலும் தாம் கொண்டு வந்த எந்தவொரு பொருளையும் விற்காமல் திருப்பி எடுத்துச் சென்றதேயில்லை. பரிசுகள் பெறாமல் வெறுங்கையுடனும் சென்றதுமில்லை.

உக்கிரசேனன் அவனிடம் வாங்கிய மாமூத் யானையின் தந்தத்தோடுவுடைய தலை மாளிகையின் பிரதான மண்டபத்தை அலங்கரிக்கிறது. மன்னரின் அரியாசணத்திற்குப் பின்னால் பொருத்தப்பட்டுள்ள பல இரத்தினங்கள் பதித்த தங்கத்தால் ஆன தன்னைத் தானே சுழன்று கொண்டே ஒளி வீசிக் கொண்டிருக்கும் தேஜஸ்வித்தகடு உக்கிரசேனனின் அரியணையை இந்திரனின் அவையைப்போல் காட்சியளிக்க வைக்கிறது. இரவில் ஒளிரும் ஒளி மீன்கள் அவரின் படுக்கை அறையில் மாயலோகத்தை போல் மாயையை உருவாக்குகிறது.

அதனால் இம்முறை தனக்காக என்ன கொண்டு வந்திருப்பான் என்ற ஆசையும் ஆர்வமும் அவர் உள்ளத்தில் பொங்க, "அவர் எங்கே இருக்கிறார்?" என்றார்.

"குதிரைலாயத்தில் தங்களுக்காகக் காத்திருக்கிறார் மன்னா"

"சரி.." என்று சொல்லி அவரைப் பார்க்க ஆவலுடன் விரைந்து சென்றார் உக்கிரசேனன்.

அவர் அங்கு சென்றதும், குதிரைலாயத்திற்கு வெளியே நின்று கொண்டிருந்த குட்டையான ஹமீதையும் அவனருகே ஒரு பெரிய இரும்பாலான கூண்டை மெல்லிய சிவப்பு நிற பட்டுத்துணி கொண்டு மூடியிருந்ததையும் கண்டார். ஹமீது எந்தவொரு பொருளையும் முதலில் அரசரின் பார்வையில் படாதபடி வைத்து அவரின் ஆவலை அதிகரிக்க வைத்த பிறகே அப்பொருளைக் காண்பிப்பது வழக்கம்.

அரசர் வந்ததை அறிந்து கொண்ட ஹமீது "வாழ்க மன்னர்... வாழ்க மன்னர் புகழ்.." என்று கோஷமிட்டான்.

"வரவேண்டும்.. ஹமீது.. வரவேண்டும்... நலமாக இருக்கிறீர்களா.."

"மிக்க நலம் மன்னா.. நீங்கள் கேட்டது என் ஆயுளை விருத்தியடையச் செய்கிறது.. மன்னா..."

"சொல் ஹமீது.. இன்று எனக்காக என்ன கொண்டுவந்திருக்கிறீர்...?" என்று பொங்கும் ஆர்வத்துடன் கேட்டார்.

"பலகண்டங்களிலும் காணக்கிடைக்காத.. ஒரு அற்புதமான.. ஒரு உன்னதமான.. " என்று இழுத்து, கூண்டைப் போர்த்தியுள்ள துணியை விலக்கி, "பறக்கும் குதிரை..." என்று கத்தினான்.

அப்பெரிய கூண்டிற்குள், பளிச்சிடும் வெண்ணிறத்தில், பட்டுப் போன்ற ஜொலிக்கும் தோலுடனும், மடக்கி வைக்கப்பட்ட மிகப்பெரிய இறக்கைகளுடனும் கூரிய இரட்டைக் கொம்புகளுடனும் கொண்ட வெண்ணிறப்புரவி மன்னனையோ ஹமீதையோ பெரிதாக சட்டை செய்யாமல் அலட்சியமாக நின்று கொண்டிருந்தது. அதைப் பார்த்தாலே இது பெரும் வலுக்கொண்டது என்று தெரிந்தது.

அக்குதிரையைப் பார்த்ததும் மிகவும் சந்தோசப்பட்டார் உக்கிரசேனன்.

"ஆஹா... பறக்கும் குதிரை.. அற்புதம்... அற்புதம்.. இதுவரையிலும் இப்படியொரு குதிரையைப் பார்த்ததேயில்லை..." என்று அக்கூண்டைச் சுற்றி அதன் அழகை ரசித்தபடியே சொன்னார்.

"ஆம்.. மன்னா... இது ஒரு அதிசயமான குதிரை..." என்றான் ஹமீது.

"இதன் விலை அதிகமோ.." என்று சந்தேகத்துடன் கேட்டார்.

அதற்கு அவன் "விலை பெரிதாக அதிகம் இல்லை மன்னா... மூவாயிரத்து எழுநூறு சிவப்பு இரத்தினங்கள் மட்டுமே..." என்று இழித்தபடியே சொன்னான்.

அவர் அவனை ஏற இறங்கப் பார்த்தார்.

"நினைத்த இடத்திற்கு அழைத்துச் செல்லும் சக்தி வாய்ந்த இதன் மீது ஒரு உன்னதமான மனிதனால் மட்டுமே சவாரி செய்ய முடியுமாம். அவர் கூப்பிட்ட குரலுக்கு எங்கு இருந்தாலும் அவர் முன்னே வந்து நிற்குமாம். இதை ஏலம் எடுப்பதற்குக் கள்ளச் சந்தையில் மிகவும் கடுமையான போட்டி நிலவியது. என்னைப் பொருத்தவரை இவ்வுலகத்தில் நீரே மிக உன்னதமான மனிதர், உமக்கே இது உரித்தானது. அதனால் தான் உமக்காகவே நான் மூவாயிரத்தி ஐந்நூறு இரத்தினங்கள் கொடுத்து வாங்கினேன். நான்

எனக்காக வெறும் இருநூறு இரத்தினங்கள் மட்டுமே அதிகமாகக் கேட்கிறேன்." என்றான் பெரும் தாழ்மையுடன்.

அவன் சொல்வதைக் கேட்டதும் அவருக்குப் பூரிப்பு வந்து விட்டது. சரிதான் என்று புன்னகைத்து விட்டு "இக்குதிரைக்குச் சேணத்தை மாட்டுங்கள்... அப்படியே பெரிய இரும்பு வடத்தை அதன் கழுத்தில் மாட்டி, இருபது அடி நீளமான சங்கிலி கொண்டு, வடத்தையும் இம்மரத்தையும் இணையுங்கள்." என்று அருகே உள்ள மரத்தைச் சுட்டிக்காட்டி அங்கு நின்று கொண்டிருந்த சேவகர்களிடம் ஆணையிட்டார்.

கூண்டைத் திறந்தவுடன் தன் பிரமாண்டமான பெரிய இறக்கையை விரித்து பறந்து செல்ல முற்பட்ட குதிரையைப் பதினைந்து பேர் பல கயிறுகளைக் கொண்டு அடக்கி பெரும் சிரமப்பட்டு உக்கிரசேனன் சொன்ன ஏற்பாடுகளைச் செய்தார்கள்.

குதிரை இங்கும் அங்கும் நகர்ந்து கொண்டும், தலையை ஆட்டிக் கொண்டும், தன் கொம்பால் முட்டிக் கொண்டும், இறக்கையை அடித்துக் கொண்டும் இருந்ததால் அதன் மீது உக்கிரசேனரால் பலமுறை முயன்றும் அமர முடியவில்லை. முயற்சியைக் கைவிடாத உக்கிரசேனன் அமர்ந்தே தீருவேன் என்று எண்ணி, அதன் மீது பாய்ந்தபடி ஏற முயற்சிக்கும் போது, அது சட்டென்று துள்ளியதால் இடிபட்டுக் கீழே விழுந்தார்.

கீழே விழுந்ததால் கோபம் கொண்ட உக்கிரசேனன் குதிரையை முறைத்துப் பார்க்கும் போது, கருமை நிறக் கண்களைக் கொண்ட குதிரை தன் ஜொலிக்கும் பார்வையை அவர் மீது வீசியது. அப்போது அவருக்கு தன் இளம் வயதில் தன் தமையனைக் கொன்றது முதல், தன் தந்தையைக் கொன்றது, தாய் தந்தையிடமிருந்து ஜித்திரசீலனைப் பிரித்தது, ஹைட்ராவைக் கொண்டு பல அரசர்களைக் கொன்று உலகத்தையே கைப்பற்றத் திட்டம் போட்டது வரை அவர் செய்த அனைத்துப் பாவங்களும் அவர் கண் முன்னே தோன்றி மறைந்தது.

பின் தலையைக் குலுக்கியபடி எழுந்த நின்ற உக்கரசேனன், இது சாதாரண குதிரையில்லை என்பதை உணர்ந்து கொண்டு அதன் மீது சவாரி செய்யும் ஆசையை முற்றிலுமாக விட்டுவிட்டார்.

குதிரை திரும்பி வேறெங்கோ பார்த்தது. அது எதைப் பார்க்கிறது என்று தெரிந்து கொள்ள உக்கிரசேனரும் அது பார்த்தத் திசையை நோக்கினார். அங்கு ஜித்திரசீலன் அவரை நோக்கி வேகமாக குதிரையில் வந்து கொண்டிருந்தார்.

ஜித்திரசீலன் அரசர் குதிரைக்கு அருகே நின்று கொண்டிருந்ததை அலட்சியாமாகப் பார்த்துவிட்டு, எரிமலை வெடித்து எத்தனை உயிர் போகப் போகிறதோ தெரியவில்லை. இவர் என்னவென்றால் குதிரையை வேடிக்கைப் பார்த்துக் கொண்டிருக்கிறார் என்று நினைத்துக் கொண்டே அங்கு வந்து சேர்ந்து, தன் குதிரையில் இருந்து "கீழே" இறங்கினார்.

வந்ததும் வராததுமாக "அரசே... இன்று எரிமலை குழம்பின் மட்டம் வெகுவாக உயர்ந்துவிட்டது. நானே எரிமலையின் வாயில்வரை நேரடியாக சென்று பார்வையிட்டு வருகிறேன். இன்னும் ஒரு மாதத்திற்குள் எரிமலை வெடித்தாலும் வெடிக்கும் என்பதில் ஐயமில்லை. இப்போதாவது, கபிலைத்தீவிற்குக் குடி பெயருவதைப் பற்றி யோசியுங்கள்." என்றார் பரபரப்புடன்.

"அது கிடக்கட்டும், ஜித்ரரே. அதற்கு என்னிடம் ஒரு திட்டம் இருக்கிறது. முதலில் இக்குதிரையைப் பாருங்கள்.." என்றார்.

ஜித்ரசீலன் இப்போது இது தான் ரொம்ப முக்கியம் என்ற நினைப்புடன் முன்பு சரிவர பார்க்காத குதிரையை ஏறிட்டுப் பார்த்தார். அதன் இறக்கைகளையும், கொம்பையும், வலுவான உடலையும் பார்த்துவிட்டு, "என்ன ஆச்சர்யம். பறக்கும் குதிரை போலும். இது அழகாகவும் வலிமையுடையதாகவும் இருக்கிறது." என்றார். அதன் அருகே நின்று கொண்டிருந்த ஹமீதைப் பார்த்துவிட்டு, இவர் தான் இதை கொண்டுவந்திருக்க வேண்டும் என்று நினைத்துக் கொண்டார்.

"இதன் மீது அமர்ந்து உங்களால் ஒரு ஐந்தடி பறக்க வைக்க முடியுமா.." என்றார் உக்கிரசேனன்.

எதற்கும் துணிந்த ஜித்ரசீலன் "நான் இதுவரை இம்மாதிரியான குதிரையைப் பார்த்ததுமில்லை. அதன் மீது சவாரி செய்ததுமில்லை. இருந்தாலும் முயல்கிறேன்" என்ற சொன்னபடி, அக்குதிரைக்கு அருகே சென்று அதன் தலையை தடவிக் கொடுத்தபடி மெதுவாக அதன் மீது ஏற முயற்சி செய்யும் போது, அக்குதிரை துள்ளி அவரையும் கிழே தள்ளிவிட்டது. தரையில் விழுந்த ஜித்ரசீலன் அதன் கண்ணைப் பார்க்கும்போது, தன் தாய் தந்தையரைப் பிரித்த, மக்களுக்கு கொடுமை ஏற்படுத்திக் கொண்டிருக்கிற உக்கிரசேனரை தாம் ஒன்றும் செய்யாமல் அவருக்கு அடிமை வேலை பார்த்துக் கொண்டிருக்கும் குற்ற உணர்ச்சியை ஏற்படுத்தியது.

தலையைக் குலுக்கிக் கொண்டு மேலெழுந்து உக்கிரசேனரிடம் முடியவில்லை என்பது போல் தலையை ஆட்டினார். நல்லவேளை

இவராலும் முடியவில்லை என்று உள்ளத்தில் உவகை கொண்டார் உக்கிரசேனன்.

உக்கிரசேனனும் ஜித்ரசீலனும் ஒருசேர ஹமீதைப் பார்த்தார்கள். அவனின் இதயம் படபடத்தது. உடனே அவன் "மன்னிக்க வேண்டும் அரசே.. மன்னிக்க வேண்டும் தளபதியாரே... அநேகமாக இக்குதிரை யாரையும் சவாரி செய்ய விடாது போலிருக்கிறது. இந்த உண்மையை மறைக்கவே, இதை என் தலையில் கட்டியவன் உத்தமரால் மட்டுமே சவாரி செய்ய முடியும் என்று கட்டுக் கதை விட்டிருக்கிறான் போலிருக்கிறது. இருவரும் தயவு கூர்ந்து எம்மை மன்னிக்க வேண்டும்." என்று சிரைச்சேதத்தில் இருந்து தப்பிக்க அவனால் முடிந்தவரை சமாதானம் கூறினான்.

அவனது சமாதானம் ஓரளவு ஏற்புடையதாக இருந்ததால் உக்கிரசேனன் "பிழைத்துப்போ..." என்று அவனிடம் சொல்லிவிட்டு, அங்கு நின்று கொண்டிருந்த சேவகர்களிடம் "எம்மைக் கீழே தள்ளிய இக்குதிரையை இப்போதே துண்டு துண்டாக்கி கடலில் வீசுங்கள்.." என்றார்.

அதற்கு ஜித்ரசீலன் "வேண்டாம்.. அரசே.. இது பார்க்க அழகாக இருக்கிறது. இங்கேயே மூலையில் இருந்து விட்டுப்போகட்டும்.. இம்மாதிரியான பறக்கும் குதிரை.. சுற்றும் முற்றும் உள்ள தீவுகளின் எந்த ஒரு ராஜாங்கத்திடமும் இல்லை.. இது இங்கிருந்தால் நமக்குப் பெருமை தான்.." என்று எடுத்துச் சொன்னார்.

அவர் கூறியதும் ஏற்புடையதாக இருந்ததால், "சரி இருந்துவிட்டுப் போகட்டும்.." என்று வேண்டா வெறுப்பாகச் சொன்னார்.

"ரொம்ப மகிழ்ச்சி.. மன்னரே...ரொம்ப மகிழ்ச்சி... அப்போது என் பரிசு.." என்று கேட்ட ஹமீதை, உக்கிரசேனன் எரித்துவிடுவதுபோல் பார்த்ததால், "பரிசு... பரிசுசு எதுவும் வேண்டாம் மன்னா... நீங்கள் உயிருடன் விட்டதே எனக்கு பெரும் பரிசுதான்... நான் இப்போதே விடைபெற்றுக் கொள்கிறேன்" என்று கூப்பிய கரங்களுடன் தலைகுனிந்தான்.

உக்கிரசேனன் அதற்கு பதிலேதும் சொல்லாமல் அரசவையை நோக்கிச் சென்றார். ஜித்ரசீலனும் அவர் பின்னாலேயே சென்றார்.

ஹமீது குதிரையை ஒருமுறை ஏற இறங்கப் பார்த்துவிட்டு, ஒரு பெருமூச்சு ஒன்றை விட்டுவிட்டு, வெறுங்கையுடன் அங்கிருந்து வெளியேறினான்.

அரசவையில் தம்மை எதிர்த்துப் பேசிய அமைச்சர்களைக் கொன்றுவிட்டு, தாம் எது சொன்னாலும் தலையாட்டும் நான்கு அமைச்சர்களை மட்டும் விட்டு வைத்திருந்தார் உக்கிரசேனன்.

அவர் அரசவைக்கு வந்து அரியணையில் அமர்ந்தபோது, ஜித்ரசீலன் "அரசே... நான் திரும்பவும் சொல்கிறேன். எரிமலை இன்னும் ஒரு மாதத்திற்குள் வெடிக்கக் கூடும், நீங்கள் வைத்திருக்கிற திட்டத்தைச் சொன்னால் விரைவில் நடைமுறைப்படுத்த ஏதுவாக இருக்கும்." என்றார்.

"ஜித்ரரே.. நீங்கள் ஏன் பயப்படுகிறீர்கள். இது தூங்கும் எரிமலை. இத்தீவில் விழிப்புடன் இருக்கும் ஒரே ஒரு எரிமலை நான் தான். ஹஹ...ஹஹா..." என்று சொல்லிச் சிரித்தார். அவையில் இருந்த அமைச்சர் பெருமக்களும் ஆமோதித்தார்கள்.

அதைக் கேட்ட ஜித்திரசீலனுக்கு எரிச்சலாக இருந்தது.

உக்கிரசேனன் மேலும் தொடர்ந்தார், "இத்தீவில் தான் ஏராளமான வைரங்களும், தங்கமும், வெடி மருந்துகளுக்கான தனிமங்களும் கிடைக்கின்றன. இங்கு இவையெல்லாம் இருப்பதால் தான் நம் தீவும் மக்களும் செழிப்புடன் இருக்கிறார்கள். நீங்கள் சொல்லும் கபிலைத்தீவில் இதில் ஒன்று கூட இல்லை. அங்கு சென்றால் நாம் விவசாயத்தையும், வாணிகத்தையும் மட்டுமே நம்பியிருக்க வேண்டும். அதுபோக சமரித் தீவுக்காரர்களிடம் ஒட்டி உறவாட வேண்டியதிருக்கும். அவ்வப்போது அவர்களிடமிருந்து வரும் கட்டளைக்கு அடிபணிந்தும் போக வேண்டியதிருக்கும்." என்றார் முகத்தில் வெறுப்பு தெரிய.

"அதற்காக இங்கேயே இருந்துவிடமுடியுமா...?"

"புரிகிறது.. எனது திட்டம் போர்"

போர் என்ற சொன்னதும் முகம் சிறுத்த ஜித்ரசீலன் "போரா.. யாரிடத்தே..." என்று கேட்டார்.

"சமரித்தீவிடம் தான்.."

"ஏன்...?"

"என்ன ஜித்ரரே குழந்தைத்தனமாகப் பேசுகிறீர்கள்.. இதற்கு முன்பாக எல்லையை விரிவாக்க போருக்குப் போகாததைப் போல் சொல்கிறீர்கள்.. நீங்கள் தானே அந்த நபினி பரணித் தீவுக்கூட்டத்தைப் பிடித்தீர்கள். இதுவும் அதே போலேதான். மேலும் சமரித்தீவில் எரிமலையே இல்லை. ஆனால் பெரிய

பசுமையான மலைகள் இருக்கின்றன. அங்கும் பொன்னும் வைரங்களும் விளைகிறது. விவசாயமும் வாணிபமும் சீரும் சிறப்புமாக இருக்கிறது."

"மன்னா.. சமரி நம் நட்பு நாடு."

"இனிமேல் இல்லை."

"சமரி. நம் தீவை விட நான்கு மடங்கு பெரியது. அவர்களின் படைபலம் அதிகம். அவர்களுடன் நட்பாக இருந்து விட்டுப் போவது தான் நமக்கும் நம் மக்களுக்கும் உசிதம்."

"அவர்களின் நட்பு இனி தேவையில்லை. நம்மிடம் வெடிபொருட்கள் ஏராளமாக இருக்கின்றன. உம்மைப்போல் சிறந்த தளபதியும் உண்டு."

"இருந்தாலும் அரசே அவர்களின் கப்பற்படை மிகவும் பெரிது. நம்மிடம் இருக்கும் வெடிபொருட்கள் போதாது."

"தெரியும். அதற்கான சிறப்புத் திட்டத்தை வகுத்துக் கொண்டிருக்கிறேன். அந்த வேலை மட்டும் முடிந்துவிட்டால், சமரியைக் கைப்பற்றி வர்மரைக் கொன்றுவிடலாம். பின் இங்கு ஒரு சிறிய ஊரை மட்டும் சுரங்கத் தொழிலுக்கு விட்டுவிட்டு நாம் அங்கேயே குடிபெயர்ந்துவிடலாம். எப்படி என் யோசனை."

"இருந்தாலும்.. சமரியைக் கைப்பற்றுவது நம் கண்ணை நாமே குத்திக் கொள்வதற்குச் சமம். இதற்கு நான் ஒருபோதும் ஒப்புக் கொள்ள மாட்டேன்."

"இங்கு நான் தான் அரசன். என் வசம் உமது பெற்றோர்கள் இருக்கிறார்கள் என்று மறந்துவிட்டுப் பேசுகிறீரா...? நீங்கள் நான் சொல்லும்போது அப்போரை ஒழுங்காக வழிநடத்தி ஜெயித்தேயாக வேண்டும். இல்லையென்றால் உம்மையும் அழித்துவிடுவேன். உமது பெற்றோரையும் அழித்துவிடுவேன்." என்று பொங்கினார் உக்கிரசேனன்.

அதைக் கேட்ட ஜித்ரசீலன் தன் பல்லைக் கடித்துக் கொண்டு நின்றார். அப்போது, அவைக்குள் வேகமாக வந்த தூதுவன் "மன்னரே.. நம் கப்பற்படைத் தலைவர் சேதுராமர் சேதி அனுப்பியிருக்கிறார்." என்றான்.

3

"என்ன சேதி..." என்று விசாரித்தார் உக்கிரசேனன்.

"கடற்கொள்ளைக்கார காரங்கனின் கப்பல், நம் எல்லைக்குள் நிற்கிறதாம். நம் படையுடன் சென்று அவனைத் தாக்கலாமா என்று கேட்டு வரச் சொன்னார்"

காரங்கன் எதற்கு தம் கப்பலோடு இங்கு வந்திருக்கிறான். எப்போதும் போல கப்பலை எல்லைக்கு வெளியிலே நிறுத்தி வைத்து விட்டு, வேறொரு சரக்கு கப்பலில் ரகசியமாக வரவேண்டியது தானே. ஒருவேளை அவசரமான விசயமாக இருக்குமோ. ஒருவேளை ஹைட்ராவின் முட்டை கிடைத்துவிட்டதோ என்று யோசித்துவிட்டு, "தாக்க வேண்டாம், காரங்கன் அங்கு இருந்தால் அவனையும், அவனது கூட்டாளிகளையும் உயிருடன் பிடித்து வரச்சொல்" என்று சேதி சொல்ல, "இப்போதே தங்கள் சேதியை அவரிடம் சேர்ப்பிக்கிறேன்" என்று சொல்லி விட்டு அத்தூதன் வேகமாக கிளம்பினான்.

அவன் சென்ற பிறகு ஜித்திரசீலன், "இதில் ஏதேனும் சூழ்ச்சி இருக்கும் என்று நினைக்கிறேன்?" என்றார்.

"எதுவாக இருந்தாலும், நான் பார்த்துக் கொள்கிறேன். நீங்கள் இவ்விசயத்தில் தலையிட வேண்டாம். படைகளுக்கு பயிற்சி கொடுக்கும் வேலையை மட்டும் பாருங்கள்."

ஜித்ரசீலன் வேண்டா வெறுப்பாக "ஆகட்டும் மன்னா." என்று சொல்லிவிட்டு கோபமாக அங்கிருந்து வெளியேறினார்.

அத்தூதன் கொண்டுவந்த சேதி, அவர் மனதை நெருடியது. தாமே அதைப் பற்றிய விவரங்களை கப்பற்படைத்தலைவர் சேதுராமனிடம் கேட்டுத் தெரிந்து கொள்ள வேண்டும் என எண்ணி அத்தூதன் பின்னே அவரும் துறைமுகத்திற்கு விரைந்தார். தூதன் மன்னர் கொடுத்த சேதியை சொல்லிவிட்டுச் சென்ற பிறகு, சேதுராமனைத் தனியே அழைத்து விசாரித்தார்.

"தளபதியாரே, தமக்கு விசயத்தை சொல்லாமல் நேரே மன்னரிடம் சொன்னதிற்கு மன்னிக்கவும். அவர் தான் காரங்கன் பற்றி ஏதாவது செய்தி கிடைத்தால் தன்னிடம் நேரே சொல்ல வேண்டும் என்று எனக்கு ஆணையிட்டிருந்தார்."

"இருக்கட்டும். கப்பலைப் பற்றிச் சொல்லுங்கள்."

"வெகு நேரமாக காரங்கனின் கப்பல் நமது எல்லையிலேயே இருக்கிறது. அக்கப்பலுக்கு எந்த ஒரு படகும் செல்லவும் இல்லை. அதிலிருந்து எந்தப் படகும் வரவுமில்லை. அருகே சென்று பார்த்தால் தான் மேலும் அறிந்து கொள்ளமுடியும்."

"சரிதான் சேதுராமரே. ஆயினும் அந்தக் கப்பலை நன்றாக அலசி ஆராய்ந்த பிறகு அருகே செல்லுங்கள். நம் எல்லைக்கு உள்ளேயே காரங்கனின் கப்பல் என்றால், எனக்கென்னவோ.. இதில் பிரச்சனையிருப்பதாகத் தெரிகிறது."

"ஆம், தளபதியாரே... எனக்கும் அப்படித்தான் தெரிகிறது."

"நீங்கள் எதற்கும் மூன்று கப்பலில் வீரர்களை கூட்டிச் செல்லுங்கள். எதாவது பிரச்சனையென்றால் யாரிடமாவது சொல்லி அனுப்புங்கள்."

"நீங்கள் சொல்லியவாறே நடந்துகொள்கிறேன். விடைபெறுகிறேன்" என்று சொல்லி சேதுராமன் வெள்ளைநிறப்பாயில் வாள் சின்னம் பொறித்த மூன்று பாய்மரக் கப்பல்களில், கப்பலுக்குப் பதினைந்து பேராக நாற்பத்தி ஐந்து வீரர்களை நிரப்பி, காரங்கன் கப்பலை நோக்கிப் பயணமானார்.

வானம் கருமேகங்களால் திரண்டிருந்ததால் மதியவேளையும் மாலையைப் போன்றிருந்தது. குளிர் காற்றும் வீசியது. ஒரு கப்பலை மட்டும் சற்று பின்னே வரச் சொல்லி விட்டு, தம் கப்பலையும் மற்றொரு கப்பலையும் முன்னே போகச் சொன்னார் சேதுராமன். காரங்கனின் கப்பலுக்கு அருகே வந்ததும், தன்னுடன் வந்த கப்பலைச் சற்றுத் தொலைவிலேயே நிறுத்தி வைத்து விட்டு, அவர் தன் கப்பலை மட்டும் கொண்டு காரங்கனின் கப்பலைச் சுற்றி வந்தார். ஆள் நடமாட்டம் முழுவதுமே இல்லை என்றும், கப்பலில் ஆங்காங்கே உடைபட்டு இருப்பதும் தெரிந்தது கண்டு ஆச்சர்யம் அடைந்தார். காரங்கனும் அவனது ஆட்களும் எங்கு போனார்கள் என்று அவர் தம்மையே கேட்டுக் கொண்டார். இன்னொரு கப்பலை இடப்பக்கமாக சற்று தள்ளி நிறுத்தச் சொல்லி விட்டு, தம் கப்பலை காரங்கன் கப்பலுக்கு வலப் பக்கத்தில் மிக அருகில் நிறுத்தி, அதை வடக்கையிறு கொண்டு இணைத்து மரப்பலகையைப் போட்டு, பத்து வீரர்களுடன் காரங்கனின் கப்பலில் இறங்கினார்.

இங்கும் அங்குமாக தெறித்துக் கிடந்த இரத்தக் கரைகளையும், துணியுடன் சுற்றியவாறு கிடந்த எலும்புத் துண்டுகளையும் பார்த்து விட்டு, இங்கு ஏதோ கொடிய நிகழ்வு நிகழ்ந்திருக்கிறது என்று ஊர்ஜிதம் செய்து கொண்டு தற்காப்புக்காக தன் வாளை உருவ, அதேபோல, அவருடன் வந்த பத்து வீரர்களும் தங்கள் வாட்களை உருவித் தயார் நிலையில் இருந்தார்கள்.

அவர் மெதுவாக யாருக்கும் கேட்காதவாறு அடிமேல் அடி வைத்து உள்ளே சென்றார். இடமெங்கும் அவ்வாறே கிடந்தது. ஆங்காங்கே சிதறிக் கிடந்த பாகங்களைப் பார்க்க பார்க்க அவரோடு சேர்த்து அங்கிருந்த மூவருக்கும் அப்படியேக் குமட்டிக் கொண்டு வந்தது. அவர்கள் ஒவ்வொரு அறையாக சோதனையிட்டார்கள். அங்கு உயிருள்ள ஒன்றையும் பார்க்க முடியவில்லை. காரங்கன் அறையை சோதனையிட்டபோது, அங்கே கிடந்த பிணத்தின் உயர்ந்தரக ஆடையைக்கொண்டும், அவ்வறையிலிருந்த சிறப்பான மஞ்சத்தைக் கொண்டும் இது காரங்கனின் அறையாகத்தான் இருக்கும் என்று உறுதி செய்து கொண்டார் சேதுராமன். அந்த மஞ்சத்தில் கிடந்த பெரிய முட்டை ஓட்டுத் துண்டை எடுத்துப் பார்த்தார். இதற்கு முன்பாக அவர் இந்த மாதிரியான முட்டை ஓட்டைப் பார்த்ததேயில்லை. இதிலிருந்து தான் ஏதோ ஒன்று வெளியே வந்து இங்குள்ளவர்களைக் கொன்றிருக்க வேண்டும் என்று யூகம் செய்து கொண்டு, மூன்று பெரிய முட்டை ஓட்டுத் துண்டுகளை எடுத்துக் கொண்டு, "விரைவாகப் புறப்படுங்கள்.. இனி இங்கு நிற்க வேண்டாம்" என்று சொல்லி முடிக்கும் முன்பே, ஏதோ ஒன்று அவர்கள் இருந்த கப்பலைப் பலமாக இடித்ததால் அங்கு நின்று கொண்டிருந்த அனைவரும் கீழே விழுந்தார்கள். அதைத் தொடர்ந்து வீரர்கள் அலறும் சத்தமும் கேட்டது.

கீழே விழுந்ததில் தவறவிட்ட முட்டை ஓட்டில் ஒன்றை மட்டும் வேகமாக எடுத்து ஒரு சிறு துணியில் போட்டுச் சுற்றி, அதை தன் இடுப்புக்கச்சையில் இறுக்கிக் கட்டிக்கொண்டார். "வாருங்கள் வெளியே சென்று பார்க்கலாம்" என்று சொல்லி வெளியே சென்று பார்த்தார். அவரது கப்பல் அப்படியே இருந்தது. அவர் இடப்பக்கமாக நிற்க வைத்திருந்த கப்பல் தலைகீழாக கவிழ்ந்த நிலையில் காரங்கன் கப்பலை இடித்தபடி நின்றது. இடப்பக்க கப்பலில் இருந்த பதினைந்துபேரும் தண்ணீரில் தத்தளித்துக்கொண்டு இருந்தார்கள். அதைப் பார்த்த சேதுராமன் "சீக்கிரம் கயிற்றை அவர்கள் மீது வீசுங்கள்" என்றார்.

தொலைவில் நின்று கொண்டிருந்த கப்பல் தலைவன் மாணிக்கவேலன் "நாங்கள் அங்கு வரட்டுமா..." என்று கத்தினார்.

அதற்கு, "வேண்டாம்.. அங்கேயே நில்லுங்கள்.." என்று கத்தினார் சேதுராமன்.

சேதுராமரின் வீரர்கள் கயிற்றைக் கடலில் தத்தளித்துக் கொண்டிருந்தவர்களுக்கு அருகில் வீச, ஒருவர் அக்கயிற்றைப் பிடித்து மெல்ல மேலே ஏற முற்பட, அருகில் இருந்தவர்கள் அக்கயிற்றை நோக்கி நீந்தி கொண்டிருக்க ஏழு எட்டுப்பேர் டபக் டபக்கென நீருக்கடியில் இழுக்கப்பட்டனர். அவர்கள் இருந்த இடம் சிவப்பாக மாறியது. முதலாவதாக கயிற்றைப் பிடித்து ஏறிக் கொண்டிருந்தவர் தன் பின்னால் இருந்த சகவீரர்களின் நிலையைப் பார்த்து "இங்கு ஏதோ இருக்கிறது.... இங்கு ஏதோ இருக்கிறது..." கத்திக் கொண்டே வேகமாக ஏற முற்பட்டார். மேலே நின்று கொண்டிருந்த வீரர்களில் ஒருவன் கீழே குனிந்து கையை நீட்டி, "சீக்கிரம், வாருங்கள். என் கையைப் பிடித்துக் கொள்ளுங்கள்" என்று கத்த, கயிற்றில் ஏறியவர் மேலே நிற்பவரின் கையைப் பிடிக்கும் அதே சமயத்தில், பெரிய ஹைட்ராவின் தலை நீருக்குள் இருந்து வெளியே வந்து லபக் என்று தொங்கிக் கொண்டிருந்தவரை, அவர் கையைத் தவிர உடல் முழுவதையும் கடித்துக் கொண்டு மறுபடியும் நீருக்குள் சென்றது.

மேலே இருந்த கையை நீட்டிக் கொண்டிருந்தவர், பயந்து பின்னால் கப்பல் தளத்தில் விழுந்தார். அவரது கையை தொங்கிக் கொண்டிருந்தவரின் முழங்கை வரை மட்டுமே உள்ள கை பலமாக பற்றியிருந்தது. அதைப் பார்த்து மிகவும் பயந்து கொண்டும் அருவருப்பு கொண்டும், உதறினார். தன் இடக்கையைக் கொண்டு அதன் பிடிகளைத் தளர்த்தி, அக்கையிலிருந்து விடுபட்டு அதனைத் தூர எறிந்தார். அது தூரத்தில் விழுந்து துடித்தது.

நிலைமை மோசமானதை அறிந்து கொண்ட சேதுராமர் விரைந்து தன் வீரர்களுடன் தன் கப்பலுக்கு வந்தார். விரைவாக காரங்கனின் கப்பலையும் தன் கப்பலையும் இணைத்திருந்த வடக்கயிற்றை நீக்குமாறு ஆணையிட்டார். அப்பணியை ஒருவன் செய்து கொண்டிருக்கும் சமயத்தில், அக்கப்பல்களின் அடிப்புறத்தில் ஏதோ பாறையைப் போன்று கரகரவென்று உரசுவதை அவர்களால் உணர முடிந்தது. விளிம்புக்குச் சென்று எட்டிப் பார்த்தார்கள். கருப்பு நிறத்தில் ஏதோ ஒன்று தெரிந்து மறைந்தது.

"அது மறுபடியும் தெரிந்தால் அதன் மீது அம்பெய்யுங்கள்" என்றார். வீரர்கள் வில் அம்புகளை எடுத்து தயார்நிலையில் கப்பலின் விளிம்புகளில் நின்றார்கள். வடக்கயிற்றைக் கழட்டிக் கொண்டிருந்தவன், இரு கப்பல்களுக்கு இடையில் எட்டிப் பார்த்துபோது நீரில் தெரிந்த அவன் பிம்பத்திற்கடியில் கருப்பாக ஏதோ ஒன்றிருப்பதை அறிந்து "இங்கு" என்று சைகை காட்ட, வில்லுடன் வந்த இருவர், அதன் மீது அம்பெய்தனர். அம்புகள் அதன் மீது பட்டதும், கருப்பு உருவம் ஒரு விநாடி உள்ளே சென்று, பின் பெரும் வேகத்துடன் அக்கப்பலின் அடிப்பகுதியில் மோதியது. அம்மோதலால் பலர் நிலை தடுமாறினர். கப்பலின் விளிம்புக்கு அருகே நின்று கொண்டிருந்த இருவர் நீரில் விழுந்து விட்டனர்.

சேதுராமன் அவர்களைப் பார்த்துவிட்டு, வீரர்களிடம் அவர்களை காப்பாற்றச் சொல்லி விட்டு, அவர் அறைக்குச் சென்று ஒரு சிறிய ஓலையில் "நம் எல்லைக்குள் இராட்சத மிருகம்" என்று எழுதி சிறிய குப்பியில் போட்டு, இடுப்பின் கச்சையலிருந்த துணியால் சுற்றிவைக்கப்பட்ட முட்டையோட்டோடு அக்குப்பியையும் ஒன்றாகப் போட்டு, அதை முடிந்து, ஒரு அம்பின் முனையில் கட்டி, வில்லில் வைத்து தொலைவில் நின்று கொண்டிருந்த இன்னொரு கப்பலை நோக்கி எய்தார். அது அக்கப்பலின் தளத்தில் வந்து குத்தி நின்றது.

பின் "இப்போதே கிளம்புங்கள். இதை தளபதியிடம் சேர்த்துவிடுங்கள்" என்று அக்கப்பல் தலைவன் மாணிக்கவேலனை நோக்கிக் கத்தினார்.

அவனும் சரி என்று சொல்லிக் கிளம்பினான்.

தண்ணீரில் விழுந்த இருவரில் ஒருவர் தண்ணீருக்குள் இழுக்கப்பட்டான். இன்னொருவன் வேக வேகமாக ஏறி விளிம்பை அடைந்து, "நல்லவேளை நான் தப்பித்தேன்.." என்று இடுப்பில் கை வைத்தவாறு பெரு மூச்சு விட்டுக் கொண்டிருந்த சமயத்தில், தண்ணீரிலிருந்து வேகமாக துள்ளி கப்பலைப் பற்றிய ஹைட்ரா, அதன் பெரிய தலையை கொண்டு, அவனை கப்பலின் தளத்தோடு சேர்த்து கவ்வ, மற்ற நான்கு தலைகள் அங்கு நின்று கொண்டிருந்தவர்களை தலைக்கு ஒருவராகக் கவ்விக் கொண்டு மீண்டும் கடலில் விழுந்தது.

சேதுராமன் மையத்திலிருந்தால் தப்பினார். அங்கு நின்றவர்களுக்கு உடலெல்லாம் நடு நடுங்கிப் போனது.

சேதுராமன் தன் மாலுமியிடம் "விரைவில் கப்பலைக் கிளப்புங்கள். அது மறுபடியும் வந்தால் வெடி அம்பைப் பயன்படுத்துங்கள்" என்றார். கப்பல் கொஞ்சம் நகர்ந்தவுடன், அதன் வலப்புறம் ஹைட்ரா பற்றி இருப்பது போல் தோன்றியது. அதன் பாரம் கப்பலை ஒரு புறமாக சாய்த்தது. அவர்கள் பாய்மரத்தைத் திசை திருப்பி, காற்றுத் தடையை ஏற்படுத்தி சிரமப்பட்டுக் கப்பலை சமநிலை படுத்தினார்கள்.

ஹைட்ரா மேலே ஏறி கப்பலின் தளத்திற்கே வந்துவிட்டது. கப்பலில் இருந்தவர்கள் அதன் மீது சரமாரியாக வெடிஅம்புகளை எய்தார்கள். வெடிஅம்புகளின் தொடர்ச்சியான தாக்குதலைச் சமாளிக்க முடியாத ஹைட்ரா அவர்களை நோக்கி வராமல் இங்கும் அங்குமாக குதித்துக் கொண்டிருந்தது.

சேதுராமன் மையத்தலையையே குறி பார்த்துத் தன் வெடி அம்புகளை எய்து கொண்டு இருந்தார். அவரின் அம்புகளினால் அதன் தலையிலுள்ள கெட்டியான செதிலை ஒன்றுமே செய்ய முடியவில்லை. மற்றவர்கள், அதன் நெஞ்சுப் பகுதியிலும் மற்ற தலைகளிலும் எய்தார்கள். மையத் தலையைத் தவிர மற்ற தலைகளிலும் நெஞ்சுப் பகுதியிலும் அவர்கள் எய்த அம்புகள் சொருகி வெடித்து காயப்படுத்தியிருந்தது. அவர்களின் அம்புராத்துணியில் இருந்த அம்புகள் தீர்ந்து போனதால் அவர்கள் கப்பலுக்கு உள்ளே சென்றார்கள்.

தொலைவில் சென்ற கொண்டிருந்த கப்பலில் இருந்து கப்பல் தலைவன் மாணிக்கவேலன், தன் தலைவர் சேதுராமன் கப்பலில் ஏதோ ஒரு மிருகம் அங்கும் இங்கும் தாவிக் கொண்டிருப்பதையும், அங்குள்ள வீரர்கள் அதன் மீது வெடிஅம்புகளைக் கொண்டு தாக்குவதையும் கவனித்து அவர்களின் நிலை கண்டு வருந்தினான். மாலுமிகளிடம் விரைவாக துறைமுகத்திற்கு போகும்படி உத்திரவிட்டான்.

ஒரு தவறான குறி கப்பலின் விழக் கூடாத பகுதியில் விழுந்துவிட்டால் கூட கப்பல் மூழ்கி விடும் என்பதால் அவர்கள் எப்போதுமே வெடி அம்புகளைத் தம் கப்பலுக்குள் பிரயோகிக்க மாட்டார்கள். இம்முறை வேறு வழியின்றி பயன்படுத்தியதால், சில தவறான குறிகள் கப்பலை பெரும் சேதப்படுத்தியிருந்தாலும் தண்ணீர் உள்ளே புகும் அளவிற்குச் செல்லவில்லை.

சேதுராமன் "சீக்கிரம் வெடிஅம்புராதுணிகளை எடுத்துவாருங்கள்" என ஆணையிட்டார். ஐவர் கீழ்தளத்திற்குச் சென்றனர். சேதுராமரும்

அவருடன் இருந்த நால்வரும் வாளை உருவியவண்ணம் நின்று கொண்டிருக்க, மேல் தளத்தை உடைத்துக் கொண்டு தலைகளை உள்ளே விட்ட ஹைட்ரா மூவரைக்கடித்து எடுத்துக் கொண்டது. ஒருவன் கீழே படியில் உருண்டு விழுந்தான். தன்னைக் கடிக்க வந்த தலையை சேதுராமன் தன் வாளைச் சுழற்றி வெட்டித் தள்ளினார். இருந்தாலும் அதே சமயத்தில் இன்னொரு தலை அவரது இரு கால்களையும் கடித்துப் பிய்த்து விட்டது. அவர் வலியுடன் தன் உடலை சற்று நகர்த்த முற்படும்போது ஹைட்ராவின் மூன்று தலைகள் மற்றும் புதிதாக உருவாகிக் கொண்டிருக்கும் இருதலைகளும் அவரையே பார்த்துக் கொண்டிருந்தன. அவர் விசமேறி, வாயில் நுரை தள்ளி விழுந்தவுடன், ஹைட்ராவின் ஒரு தலை அவரை உண்ண ஆரம்பித்தது. மற்ற தலைகள் படிக்கட்டுகள் வழியாக எட்டிப் பார்க்க, உள்ளே இருந்தவர்கள் அதன் மீது மறுபடியும் வெடிஅம்புகளை எய்தார்கள். அதன் ஒருதலை முழுவதுமாக வெடித்துச் சிதறியது. குறி தவறிய அம்புகள் கப்பலின் சுவற்றில் பட்டு வெடித்தது. கப்பல் மிகவும் சேதமடைந்து, இடிந்து விழ, தண்ணீர் பீறிட்டு உள்ளே வந்து நிரப்பி கப்பலை மூழ்கச் செய்தது.

மூச்சை அதிக நேரம் பிடித்துக் கொள்ள முடியாத வீரன் ஒருவன் படிகள் வழியே நீந்தி வெளியே வர முயன்ற போது, அங்கேயே காத்திருந்த ஹைட்ரா அவனை அலேகாக விழுங்கியது. பின் உள்ளே நுழைந்து நீரின் அடியில் மூச்சுவிட சிரமப்பட்டுக் கொண்டிருந்தவர்களை கலவரமில்லாமல் எளிதாக கடித்துத் தின்றது. பிறகு நிதானமாக நீரின் மேற்பரப்பிற்கு வந்து தனது தலைகளைக் கொண்டு தொலை தூரத்தில் சென்று கொண்டிருந்த கப்பலை தன் கூரிய கண்களால் பார்த்தது. பிறகு மெதுவாக அத்திசையே நோக்கி நீந்த ஆரம்பித்தது.

4

துறைமுகத்தை அடைந்த அந்தக் கப்பல் தலைவன் மாணிக்கவேலன் நேரே தளபதி ஜித்ரசீலனைச் சந்தித்து, சேதுராமன் கொடுக்கச் சொன்ன சிறிய துணிப்பையைக் கொடுத்து அங்கு நேர்ந்த சம்பவங்களைச் சொன்னான்.

ஜித்ரசீலன் அத்துணிப்பையை விரித்து அவ்வோட்டுத் துண்டைப் பார்த்தார். பிறகு குப்பியிலுள்ள ஓலையையும் படித்தார். அதில் 'நம் எல்லைக்குள் இராட்சத மிருகம்' என்று எழுதியிருந்தது. அதைக் கொடுத்த கப்பல் தலைவனிடம் "நீர் அந்த மிருகத்தைப் பார்த்தாயா..." என்று கேட்டார்.

"நான் அதை தொலைவில் இருந்துதான் பார்த்தேன். அது ஒரு மிருகமா அல்லது பல மிருகங்களா என்ற தெரியவில்லை. ஒன்றுக்கு மேற்பட்ட தலைகள் இருந்தது போல் தெரிந்தது. கப்பற்படைத் தலைவர் வெடி அம்புகளை தன் சொந்தக் கப்பலிலேயே பயன்படுத்தினார். அநேகமாக அது இறந்திருக்கும் என்று தான் நினைக்கிறேன்" என்றார்.

"இல்லை. அநேகமாக நம் வீரர்கள்தான் மாண்டு போயிருப்பார்கள். ஏனென்றால்.." என்று சொல்லிக் கொண்டு அந்த கருப்பும் வெள்ளை நிறத்தில் சுழன்றபடி இருக்கும் அவ்வோட்டைத் திருப்பித் திருப்பிப் பார்த்துக் கொண்டு, "அது மனிதர்களை மட்டுமே உண்ணும் ஹைட்ரா.. பல தலைகள் கொண்ட இராட்சத மிருகம்." என்று சொல்லி முடிக்க, அக்கப்பல் தலைவன் ஆடிப்போனான்.

"அது உங்கள் கப்பலைப் பார்த்திருந்தால், விரைவில் இங்கு வரும்... அதற்குள் நீர் அனைத்து மீனவர்களையும் கரைக்கு திரும்பி வரச் சொல்லுங்கள். முப்பது போர் கப்பல்களையும், ஈட்டிகளையும் வாட்களையும் கொண்ட காலாட்படையையும், வில்லாளர்களையும் தயார் நிலையில் இருக்க வையுங்கள். வெடி மருந்து நிரப்பப்பட்ட இரு ஆளில்லாக் கப்பல்களைச் சற்றுத் தொலைவில் நிறுத்தி வையுங்கள். இரண்டு கப்பல்களில் எதன் மீது அது ஏறினாலும் வெடி அம்பை அக்கப்பலில் எய்து அதை வெடிக்க வையுங்கள். நான் இம்மிருகத்தைப் பற்றிய விசயத்தை நேரே மன்னரிடம்

சொல்லி வருகிறேன்." என்று சொல்லிவிட்டு வாயுவேக மனோவேகமாக தன் குதிரையில் மாளிகை நோக்கி விரைந்தார்.

பத்தே நிமிடத்தில் மாளிகைக்கு விரைந்து வந்த ஜித்ரசீலன், அரசவையில் சுரங்கத்துறையை விரிவு படுத்துவதைப் பற்றி தன் அமைச்சர்களுடன் விவாதித்துக் கொண்டிருந்த உக்கிரசேனை இடைமறித்து, "மன்னிக்கவும் அரசே, மிக முக்கியாமன விஷயம், நம் கடல் எல்லைக்குள் ஹைட்ரா. இதைப்பாருங்கள் நம் கப்பற்படைத் தலைவர் சேதுராமர் கொடுத்தனுப்பியது" என்று சொல்லி முட்டை ஓட்டையும், அச்சிறிய ஓலையையும் முகத்தில் பதட்டம் தெரிய கொடுத்தார்.

ஜித்ரசீலன் சொன்ன செய்தியும், அவர் காட்டிய பொருளும் உக்கிரசேனன் மனதை குதூகலிக்க வைத்ததால் "சபாஷ்..." என்று சொல்லி புன்னைகையிட்டார். காரங்கன் சொன்னதை சாதித்துவிட்டான் என்று நினைத்தார்.

அவர் புன்னைகையிடுவது பொறுக்காமல், "இதில் சிரிக்க ஒன்றுமில்லை அரசே. அது ஏற்கனவே காரங்கன் கப்பலை வேவு பார்க்க அனுப்பிய நமது முப்பது வீரர்களையும் சேதுராமரையும் கொன்றிருக்கும். அது விரைவில் நம் துறைமுகத்திற்கு வந்தும் விடும். அது இங்கு வந்தால் நாம் அதை அழித்தேயாக வேண்டும். அதைப்பற்றி உம்மிடம் சொல்லி விட்டுப் போகவே வந்தேன்". என்று எரிச்சலும் கோபமும் கொண்ட குரலில் சொன்னார்.

"அதை நீங்கள் அழிக்க முடியும் என்று நினைக்கிறீரா. ?" என்றார் புன்சிரிப்புடன்.

"ஒரு தலையைத் துண்டித்தால் அதற்கு பதிலாக இரு தலைகள் வரக்கூடியதும், விரைவில் காயங்களைக் குணப்படுத்திக் கொள்ளும் தன்மையுடையதும், விசக்கடி கொண்டதும், பத்தடிக்கும் மேலே வளரக் கூடியதுமான மிருகத்தை அழிப்பது சிரமம் தான். இருந்தாலும் அதற்கான ஏற்பாட்டையும் ஓரளவு செய்து விட்டே வந்தேன்." என்றார் ஜித்ரசீலன்.

"என்ன...! யாரைக் கேட்டு அவ்வேற்பாட்டைச் செய்தீர். அதை நான் தான் காரங்கன் மூலமாக இங்கு கொண்டுவரச் சொன்னேன்." என்று உறுமினார் உக்கிரசேனன்.

இப்போது தான் ஜித்ரசீலனுக்குப் உண்மை புரிந்தது. அவர் தன் புருவத்தை நெறித்து "அப்போது நீங்கள் சொன்ன அந்தச் சிறப்புத் திட்டம், இதுதான். ஹைட்ராவைக் கொண்டு சமரியைக் கைப்பற்றுவது." என்றார்.

"ஆம்.. இதிலென்ன சந்தேகம்"

"அருமை..நாம் ஹைட்ராவை உயிருடன் பிடிப்பதே பெரிய கேள்விக் குறி, அப்படியும் பிடித்தாலும், நாம் அதைச் சமரித்தீவு வரைக்கும் கொண்டு செல்வதற்குள் நம் ஆட்களில் ஒருவர் கூட மிஞ்ச மாட்டார்கள். நாம் அதை அழித்தேயாக வேண்டும்" என்றார் ஜித்ரசீலன்.

"இல்லை. எனக்கு ஹைட்ரா உயிருடன் வேண்டும். நீங்கள் இதைச் செய்தேயாக வேண்டும்." என்று அதிகாரமாக சொன்னார் உக்கிரசேனன்.

"புரிந்து கொள்ளுங்கள்.. இது நம் படையையே அழிக்கவல்லது."

"நான் சொல்வதை நீங்கள் கேளுங்கள். உமக்கு உன் தாய் தந்தையரை உயிருடன் பார்க்க வேண்டும் என்று விருப்பமில்லையா?" என்று கடு கடுப்பான குரலில் கேட்டார்.

ஜித்ரசீலன் தன் கையை நாம்பிப் பிடித்தபடி நின்று கொண்டிருந்தார். கடுப்பில் அவர் முகம் விகாரம் அடைந்தது.

"இங்கே சும்மா நின்று தாமதிக்காமல், இப்போதே சென்று அவ்வேற்பாட்டைத் தடுத்து உயிருடன் பிடிக்கும் வேலையில் இறங்குங்கள்..இல்லையென்றால்...." என்று சொல்லி ஜித்ரசீலனை முறைத்துப் பார்த்துவிட்டு, உதட்டைப் பிதுக்கி தலையை லேசாக ஆட்டி விட்டு , அவையை விட்டு வெளியே சென்றார் உக்கிரசேனன்.

ஜித்ரசீலன் கோபத்தில் தன் நாம்பிய கையால் தன் தொடையை மூன்று முறை குத்தி விட்டு, வேறு வழியில்லாமல் அவையை விட்டு வெளியேறி, வெகு வேகமாக துறைமுகத்தை நோக்கிப் பயணமானார்.

5

மிக வேகமாகத் துறைமுகத்தை வந்தடைந்த ஜித்ரசீலன் நேரே மாணிக்கவேலனை அணுகி நிலைமை என்னவெனக் கேட்டார்.

"தளபதியாரே! நீங்கள் சொன்னது போலவே ஹைட்ரா வந்து விட்டது. அதோ அங்கு நிறுத்தி வைக்கப்பட்ட இரு கப்பல்களுக்கு இடையே தான் உலாவிக் கொண்டிருக்கிறது. கப்பல்களின் மீது இன்னும் ஏறவில்லை. இதோ நம் வில்லாளிகளும் போர்க் கப்பல்களில் உள்ள வீரர்களும் தயார் நிலையில் இருக்கிறார்கள்" என்று அவன் செய்து வைத்த ஏற்பாடுகளைச் சுட்டிக் காண்பித்தான்.

"நல்லது. இருந்தாலும் ஹைட்ராவை அழிக்கக் கூடாது என்று அரசர் உத்தரவிட்டதால் நாம் அதன் மீது வெடி அம்புகளை எய்யக் கூடாது."

"தளபதியாரே.. இது பயங்கரமான மிருகம் என்று நீங்கள் தானே சொன்னீர்கள்.."

"வேறு வழியில்லை. அரசர் அதை உயிருடன் பிடிக்க உத்தரவிட்டிருக்கிறார். சேவகர்களை அனுப்பி இவ்விசயத்தை அனைவரிடத்திலும் சொல்லி விட்டு, ஐந்து நிமிடங்களில் வீரர் கூட்டத்தை அத்தென்னந்தோப்பில் கூட்டுங்கள்" என்று அவரிடம் சொல்லி விட்டு, தொலைவில் நிறுத்தப்பட்ட கப்பல்களை நீரிலேயே வட்டமடித்துக் கொண்டிருக்கும் ஹைட்ராவைப் பார்த்தார் ஜித்ரசீலன். அது அவ்வப்போது கப்பல்களை மோதவும் செய்தது. அதனால் அக்கப்பல்கள் பலமாக ஆடியது. ஹைட்ரா முன்பை விட பெரிதாக வளர்ந்திருந்தது.

தென்னந்தோப்பானது, துறைமுகத்திற்கு மிக அருகில் இருந்தது. தென்னந்தோப்பில் இருந்தவாறே துறைமுகத்தையும் கடலையும் பார்க்க முடியும். அத்தென்னந்தோப்பில் திரண்ட கூட்டத்தின் முன்னே வேகமாக சென்று நின்ற ஜித்ரசீலன், "வீரர்களே.. நாம் அரசரின் விருப்பப்படி இந்த கொடிய ராட்சத மிருகமான ஹைட்ராவை உயிருடன் பிடிக்க வேண்டும். அதை நீரில் பிடிப்பது இயலாத காரியம். அதனால் அதைத் தரைக்கு வரவழைத்துப் பிடிக்க முயலுவோம். அதற்கு நான் சொல்லும் கட்டளைகளை விரைவாகச் செய்யுங்கள். " என்றார்.

அவர் இருபது பேரை தனியே அழைத்து, அவர்களை இரும்பு சங்கிலிகளைப் பிணைத்து விரைவாக ஒரு பெரும் வலையை உருவாக்கி இந்த தென்னந்தோப்பில் தரையிலிருந்து இருபதடிக்கு மேல் தொங்கவிட வேண்டும்; தான் சொல்லும் போது அதை கீழே விட வேண்டும் என்று சொல்லி அவர்களை முடுக்கிவிட்டார்.

பின் ஐந்து பேரைத் தனியே அழைத்து எட்டுக் குதிரைகளைக் கொண்ட ஒரு வண்டியை விரைவில் தயார் செய்து, வண்டியின் பின்புறத்தில் மிகவும் நீளமான கயிற்றைக் கட்டச் சொன்னார்.

பின் ஒருவனை அழைத்து தனியாக ஒரு ஆள் மட்டும் பயணிக்கும் அளவுக்கு ஒரு சிறிய படகைக் கொண்டு வரச்சொன்னார். இன்னொருவனை அழைத்து ஒரு மரப்பலகையை தண்ணீரையும் தரையையும் இணைக்கும்படியாக சாய்வாகப் போடச் சொன்னார்.

மற்றவர்களை சற்றுத் தொலைவில் வேல்களையும், வாட்களையும், சாதாரண அம்புகளையும், வெடி அம்புகளையும் கொண்டு தயார் நிலையில் இருக்குமாறு சொன்னார். தான் உத்தரவிட்டால் மட்டுமே வெடி அம்புகளை உபயோகிக்க வேண்டும் என்று ஆணையும் இட்டார்.

அவர் சொன்னபடியே காரியங்கள் எல்லாம் மிகவும் துரிதமாக முடிந்தன. குதிரை வண்டியில் கட்டப்பட்டக் கயிற்றின் மறுமுனையை, படகின் முனையில் கட்டினார்.

பின் குதிரை வண்டிக்காரனை அழைத்து, தான் தன் கையைத் தூக்கி சைகை செய்யும் போது மட்டும் குதிரை வண்டியைத் தென்னந்தோப்புக்குள் பெரும் வேகத்துடன் செலுத்தச் சொன்னார்.

பின்பு தான் மட்டும் அப்படகில் அமர்ந்து துடுப்புத் துலாவிக் கொண்டு நேரே ஹைட்ராவை நோக்கிப் படகைச் செலுத்தினார். அவ்வப்போது தன் படகுக்கும் குதிரை வண்டிக்கும் இடையே கட்டப்பட்ட கயிற்றின் நீளத்தை சரி செய்து கொண்டார். கிட்டத்தட்ட அவர் படகுக்கும் ஹைட்ராவுக்கும் இடையே நூறடி தூரம் மட்டுமே இருக்கும் நிலையில் படகை நிறுத்தி, கருப்பு நிழலாய் நீந்திக் கொண்டிருக்கும் ஹைட்ராவை உற்றுப் பார்த்தார். பின் தொலைவில் உள்ள குதிரை வண்டிக்காரனையும், மரப் பலகையையும், இரும்பு சங்கிலியாலான வலையையும், அதைப் பிடித்திருக்கும் வீரர்களையும் பார்த்தார். ஏற்பாடுகள் எல்லாம் சரியாக இருப்பதாக உணர்ந்தார்.

தன் உடைவாளை உருவி தன் உள்ளங்கையை கீறி, இரத்தம் சொட்டும் அளவு சிறிய காயத்தை ஏற்படுத்தி, அக்கையை நீரில் வைத்தார்.

அங்கும் இங்கும் நீந்திக் கொண்டிருந்த ஹைட்ரா, மனித இரத்த வாடையைக் கண்டுகொண்டு, அதீத பசியுடன் ஜித்ரசீலனை நோக்கி வேகமாக வர ஆரம்பித்தது.

மனித இரத்த வாடையை மோப்பம் பிடித்த ஹைட்ரா, அவரின் படகை நோக்கி வர ஆரம்பித்தது. அது கிட்டத்தட்ட அருகே வந்ததும், அவர் கையைத் தூக்கி காட்ட, குதிரைகளை வேகமாக வண்டிக்காரன் முடுக்க, வண்டி விரைய, கயிறு இறுக்கப்பட்டு, படகு வேகமாகக் கரையை நோக்கி இழுக்கப்பட்டது. ஜித்ரசீலன் ஒரு கையால் படகையும் மறுகையால் வாளையும் பிடித்திருந்தார். ஹைட்ரா வேகமாக அவர் படகைப் பின் தொடர்ந்து நீந்திக் கொண்டும், அவ்வப்போது இரு தலைகளைக் கொண்டு படகை எட்டிப் பிடிக்க முயன்று கொண்டும் இருந்தது. அவர் படகுக்கு மிக அருகாமையில் வந்த தலையை வெட்டித் தள்ளினார்.

குதிரைவண்டியால் இழுக்கப்பட்ட படகு கரையை அடைந்தவுடன், மரப்பலகையின் மீது ஏறி, தரையிலே பாய்ந்து, தர தரவென மணலில் உராய்ந்தபடியே தென்னந்தோப்புக்குள் இழுத்துச் செல்லப்பட்டது. ஹைட்ராவும் அப்படகைப் பின் தொடர்ந்து கரையில் ஏறி தென்னந்தோப்புக்குள் வேகமாக வந்தது. அப்பகுதியில் இருந்த வீரர்கள் அதன் விசிந்திரமான உடல் அமைப்பைக் கண்டு வியந்தனர்.

ஜித்ரசீலன் அந்த இரும்பு சங்கிலியால் ஆன வலைப் பகுதியைக் கடந்த பின்னர், ஹைட்ரா சரியாக அங்கு வரும் போது, "போடுங்கள் வலையை..." என்று அவர் கத்த, வலையைப் பிடித்தவர்கள் அதன் மீது விழும்படி விட்டார்கள். ஹைட்ரா அதில் சரியாக வந்து சிக்கிக் கொண்டது. அங்கும் இங்கும் தப்பிக்க முயன்றது. ஆனால் அதனால் முடியவில்லை.

அதன் மீது மேலும் பல சங்கிலிகளைப் போட்டு இழுத்து தென்னை மரங்களுடன் இணைத்து, அதை அங்கும் இங்கும் நகரவிடாமல் பார்த்துக் கொண்டார்கள்.

ஜித்ரசீலன் திட்டமிட்டபடி ஹைட்ராவை எளிதாகப் பிடித்து விட்டதால் வீரர்கள் மட்டற்ற மகிழ்ச்சி அடைந்தார்கள். "ஹைட்ராவைப் பிடித்த தளபதி ஜித்ரசீலர்... வாழ்க... ஜித்ரசீலர் புகழ்... ஓங்குக" என்று கோஷங்களை எழுப்பினார்கள்.

ஆனால் ஜித்ரசீலன் மட்டும் அம்மகிழ்ச்சியில் பங்கு கொள்ளாதவராய், ஹைட்ராவைப் பார்த்தபடியே மௌனமாக நின்று கொண்டிருந்தார்.

6

சூரியன் மறைந்து இரவு ஏறியிருந்தது. வானத்தில் கருமேகம் சூழ்ந்து, அவ்வப்போது இடியும் மின்னலுமாக இருந்தது. ஹைட்ராவைப் பிடித்த விஷயம் அறிந்த உக்கிரசேனன் அதைப் பார்க்க ஆர்வமாக அங்கு வந்து சேர்ந்தார். வலைக்குள் துள்ளிக் கொண்டிருந்த ஹைட்ராவைப் பார்த்து விட்டு, "பிரமாதம்... பிரமாதம்... எங்கே என் தளபதி.. எங்கே என் ஜித்ரர்..." என்று சொல்லிக் கொண்டு மரத்தடியில் நின்று கொண்டிருந்த ஜித்ரசீலனிடம் வந்தார்.

"ஜித்ரரே... மிகவும் அற்புதமான வேலை செய்திருக்கிறீர்.. அவையில் இவ்வேலையைச் செய்ய முடியுமா.. என்று சந்தேகமாகச் சொல்லி விட்டு.. இப்போது சாதித்துக் காட்டியிருக்கிறீர்.. பலே பலே.. இதை வைத்து சமரித்தீவை எளிதில் வென்று விடலாம்"

"அரசே.. பிடிப்பதைவிட இதை சமரித் தீவுவரை எடுத்துச் செல்வதில் தான் பிரச்சனை.."

"நீங்கள் என்ன சொல்கிறீர்கள்.. சற்று புரியும்படி சொல்லுங்கள்"

"நாம் இந்த ஹைட்ராவை சாதாரணமாக எடை போடக் கூடாது. இது விரைவில் வளரும் தன்மையுள்ளது. சேதுராமர் அனுப்பிய முட்டை ஓட்டிலிருந்து இது இன்று தான் பொறிந்திருக்கும் என்று நினைக்கிறேன். ஒரு நாள் மாலைக்குள்ளேயே பத்து அடிக்கு மேல் வளர்ந்திருக்கிறது. இது வளர வளர இதன் பசியும் அதிகமாகும்."

"அப்படியென்றால் இப்போதே சமரி மீது படையெடுத்து செல்வோம். நீங்களும் ஏற்கனவே சில போர்க் கப்பல்களை தயாராக வைத்திருக்கிறீர்கள். அதனால் நீங்கள் முதலில் ஹைட்ராவை எடுத்துச் சென்று சமரியின் கப்பற்படை மீது ஏவி விடுங்கள். அவர்களது கப்பற்படை சின்னா பின்னமாகி சிதறி ஓடும். நான் பின்னே பெரும்படையுடன் வருகிறேன். பின்னர் சமரியை எளிதாகப் பிடித்துவிடலாம்."

"நீங்கள் சொல்லும் யோசனையை செயல்படுத்துவது மிகவும் சிரமம். நாம் இங்கிருந்து சமரிக்குச் செல்ல குறைந்தபட்சம் நான்கு மணிநேரமாவது ஆகும். அதுவரை ஹைட்ராவை பசியுடன் வைத்திருப்பது கடினம்." என்று ஜித்ரசீலன் சொல்லி முடிக்கும் போது, ஹைட்ரா பயங்கரமாக உறுமிக் கொண்டு சில வலைச் சங்கிலிகளை அற்றுக் கொண்டு பெரிதாகத் துள்ளியது.

மன்னரும் தளபதியும் சட்டென்று திரும்பிப் பார்த்தார்கள். ஹைட்ரா முன்னிருந்ததைவிட பெரிதாக வளர்ந்திருந்தது. அதன் பெரிய மையத் தலை வலையிலிருந்து வெளிப்பட்டு அருகே இருந்த வீரன் ஒருவனை டக்கென்று கடித்து உண்ண ஆரம்பித்தது.

"இது வளர்ந்து விட்டது. இதற்கு பசியும் அதிகமாகி விட்டது. இந்நிலையில் இதை கட்டுப்படுத்த முடியாது. பேசாமல் இதை இப்போதே கொன்று விட்டால் நமக்கு நல்லது" என்றார் ஜித்ரசீலன்.

"இதை கொல்வற்காகவா இவ்வளவு சிரமப்பட்டு பிடித்தீர். இப்போது என்ன, இதற்கு பசிக்கிறது. அவ்வளவுதானே! இதற்கு உணவிட்டால் போகிறது."

"இது மனிதர்களை மட்டுமே உண்ணும் மிருகம் என்று உங்களுக்குத் தெரியுமல்லவா!"

"தெரியாமலென்ன... யார் அங்கே.. " என்று சத்தமிட, ஒரு வீரன் வந்து நின்றான்.

"நீ சென்று, நம் நாட்டில் உள்ள கைதிகளையும், அறுபது வயதுக்கு மேல் உள்ளவர்களையும் அழைத்துவா.." என்று ஆணையிட்டார்.

அதைக் கேட்ட ஜித்ரசீலன் சிலையாய் உரைந்தார். வீரனும் அவர் எதற்கு அழைத்து வரச் சொல்கிறார் என்பதைப் புரிந்து கொண்டதால் எதுவும் பேசாமல் அப்படியே நின்றான்.

அதை கவனித்த உக்கிரசேனன், "வீரனே, நீ ஏன் இன்னும் போகாமல் மரம் போல் நின்று கொண்டிருக்கிறாய்?" என்றார்.

"மன்னிக்கவும், அரசே! எனது தாய் தந்தையருக்கும், அறுபது வயதுக்கு மேல் ஆகிறது. தயவு கூர்ந்து அவர்களை விட்டுவிட வேண்டுகிறேன்." என்று அவரின் காலைப் பிடித்துக் கதறினான்.

"வீரனே, உன் பெற்றோர் நமக்கு வெற்றியைத் தேடித் தரப் போகிறார்கள். இவ்வயதான வேளையிலும் நம் நாட்டிற்காக உழைத்து வீர மரணம் எய்து சொர்கத்தையே அடையப் போகிறார்கள். பிறகென்ன, வீரன் அழலாமா.. எழுந்து செல்.. அவர்களை அழைத்து வா.." என்றார்.

"இல்லை. அரசே! என்னால் முடியாது" என்றான் அழுதபடியே.

"என்ன முடியாதா... அரசனையே எதிர்த்துப் பேசுகிறாயா.." என்று அவன் நெஞ்சில் ஓங்கி மிதித்தார். அவன் உருண்டபடி ஹைட்ராவின் அருகே சென்று விழ, ஹைட்ரா அவனது வயிற்றைக்

கடித்து உள்ளிழுத்துக் கொள்ள மற்ற தலைகளும் அவனை பிய்த்து உண்ண ஆரம்பித்தது.

அதைப் பார்த்துவிட்டு "பாவம் ஹெட்ராவிற்கு கடும் பசி போல் இருக்கிறது. இருக்கட்டும், ஜித்ரசீலரே, நீங்களே சென்று கைதிகளையும், வயதானவர்களையும் அழைத்து வாருங்கள்" என்றார் உக்கிரசேனன்.

"நீங்கள் செய்வது நியாயமா! நம் மக்களை, நாமே இந்த இராட்சத மிருகத்திற்கு பலி கொடுக்கலாமா...?"

"இங்கு பாருங்கள் ஜித்ரரே... நீங்கள் தானே சொன்னீர்கள். இதை கட்டுப்படுத்த வேண்டும் என்றால் இதற்கு உணவு அளிக்க வேண்டும் என்று.. சமரி செல்லும் வரை, இந்த வயதானவர்களும் கைதிகளும் போதுமானதாக இருப்பார்களல்லவா..?"

"அநியாயம். இது தவறு. நீங்கள் செய்வது எங்காவது அடுக்குமா!"

"இப்படி சிந்தித்துப் பாருங்கள். போர் என்றாலே பல உயிர்கள் போகத்தானே போகிறது. அதுவும் இந்த போகப் போகும் உயிர்கள் தான் நமக்கு வெற்றி வாய்ப்பைத் தரக் கூடியது. சொல்லப்போனால் தங்களை அற்பனைக்கும் அவர்களே வீரர்கள். அவர்களே நாட்டுப்பற்று மிக்க தியாகிகள்."

"நீங்கள் தவறுக்கு மேல் தவறு செய்கிறீர்கள். நம் மக்களை இந்த மாதிரியான கொடூரமான மிருகத்திற்கு தீனியாக இடுவது முறையாகுமா?"

"நான் சொன்னபடி நீங்கள் செய்யவில்லை என்றால், உங்கள் தாய் தந்தையிரின் உயிர் போய்விடும் பரவாயில்லையா.. எதிர்த்துப் பேசாமல் சொன்னதைச் செய்யுங்கள்" என்று சொல்லிவிட்டு முரண்டு பிடித்துக் கொண்டிருக்கும் ஹைட்ராவைப் பார்த்துக் கொண்டிருந்தார் உக்கிரசேனன்.

ஜித்ரசீலன் 'தாயே தந்தையே என்னை மன்னித்து விடுங்கள்.. உங்களை எப்படி கண்டுபிடிக்கப் போகிறேன் என்று எனக்குத் தெரியவில்லை' என்று மனதிற்குள் சொல்லிக் கொண்டு, "அடே பாதகா.. இங்கு கொல்லப்பட வேண்டிய மிருகம் அது மட்டும் அல்ல நீயும் தான்" என்று சொல்லிக் கொண்டு, தனது உடைவாளை அரை நொடியில் சருக்கென்று உருவி, உக்கிரசேனரின் தலையை சதக்கென்று வெட்டித் தள்ளினார். தலை மண்ணில் விழுந்து உருண்டது.

வீரர்கள் செய்வதறியாது ஜித்ரசீலரையும் உருண்டு கொண்டிருக்கும் உக்கிரசேனரின் தலையையும், தடுமாறி விழுந்து துடிக்கும் முண்டத்தையும் மாறி மாறிப் பார்த்தார்கள்.

அரண்மனை குதிரைலாயத்தில் கட்டப்பட்டிருந்த பறக்கும் குதிரை வானத்தைப் பார்த்தது. மழை கொட்ட ஆரம்பித்தது.

7

ஜித்திரசீலன் அடுத்து என்ன செய்வது என்று யோசிப்பதற்குள், ஹைட்ரா பெரிதாகத் துள்ளி இரண்டு மூன்று இரும்புச் சங்கிலிகளை அற்றுக் கொண்டு, வலையிலிருந்து ஓரளவு வெளி வந்த நிலையில், அங்கிருந்த வீரர்களை கடிக்க ஆரம்பித்தது. வீரர்கள் அம்புகளையும் வாட்களையும் கொண்டு தாக்கினார்கள். அவற்றால் ஹைட்ரா பெரிதும் பாதிக்கப்படவில்லை. பாதி வலை மட்டும் அதைச் சுற்றி இருக்க, இருந்தும் அது எளிதாக முப்பது பேர்க்கு மேல் கொன்றுவிட்டு தென்னை மரத்தின் மீது தாவியது. மரம் அதன் பாரம் தாங்காமல் சாய்ந்து, வீரர்களுக்கு அருகில் விழ, வீரர்கள் சிதறி ஓடினார்கள். ஓடிக் கொண்டிருக்கும் வீரர்களை தன் பல தலைகளால் கடித்தும், பிராண்டியும் கொன்றது.

"வெடி அம்புகளைப் பயன்படுத்துங்கள்..." என்று முழங்கினார் ஜித்ரசீலன்.

அவர் பேச்சிற்கிணங்க, வெடி அம்புகளை அதன் மீது எய்தார்கள். அதன் உடலில் அங்கும் இங்கும் தீக் காயங்கள் ஆனது. அதனுடைய சில தலைகள் வெடித்துச் சிதறியது. சிதறிய கழுத்துப் பகுதியிலிருந்து பதினைந்து வினாடிக்குள் இரண்டு தலைகள் வந்தன. மறுபடியும் அந்த இரண்டு தலைகளும் ஆளுக்கு ஒரு ஆளாக கடிக்க ஆரம்பித்தது.

அதைக் கண்ட ஜித்ரசீலன் "வெடி அம்புகளைக் கால்களை நோக்கி எய்யுங்கள்" என்றார்.

அங்கும் இங்குமாக தாவி வெடி அம்புகளிலிருந்து தப்பிக்க முயன்ற ஹைட்ராவின் முன்னங்காலில் சில வெடி அம்புகள் பட்டதால், ஒரு முன்னங்கால் வெடித்துச் சிதறியது. இருந்தும் அதன் முன்னங்கால் மறுபடியும் மெதுவாக வளர ஆரம்பித்தது. அது மட்டுமல்லாமல் அதன் உருவமும் பெரிதாக வளர ஆரம்பித்தது. மீண்டும் அங்கிருந்தோரை ஆக்ரோஷமாகத் தாக்கியது.

"இதை இப்படியே வளர விடக் கூடாது. இதற்கு முடிவு கட்டியே ஆக வேண்டும்" என்று எண்ணினார் ஜித்ரசீலன்.

மறுபடியும் கால்களைக் குறி பார்த்து வெடி அம்புகளையும், மற்ற தலைகளின் கண்களைக் குறி பார்த்துச் சாதரண அம்புகளையும் எய்யச் சொன்னார்.

அப்போது பதினேழு தலைகள் மற்றும் பெரிய மையத்தலை உட்பட அனைத்தின் கண்களிலும் அம்பெய்த பிறகு, அதற்கு கண் தெரியாமல், சரியாக தாவ முடியாமல் கீழே விழுந்தது. கால்களும் வெடி அம்புகளால் பாதிக்கப்பட்டதால் அதனால் சரிவர நடக்கவும் முடியயவில்லை. வாலைச் சுழற்றிக் கொண்டு அருகில் இருந்தவர்களை அப்போதும் அடித்துத் தள்ள முயன்றது.

ஜித்ரசீலன் "அதன் வாலையும் துண்டியுங்கள்" என்றார்.

வெடி அம்புகளைக் கொண்டு வீரர்கள் வாலையும் துண்டித்தார்கள். வாலும் கால்களும் மெல்ல வளர ஆரம்பித்தது. அது மறுபடியும் வளர வளர அதன் மீது அம்புகளை விட்டுக் கொண்டிருந்தார்கள்.

ஹைட்ராவால் கீழே உருண்டபடி நகர்வதைத் தவிர ஒன்றும் செய்ய முடியயவில்லை. அப்போது அது விசித்திரமாக ஒன்று செய்தது. அதன் மையத் தலை அருகிலிருந்த அதன் இன்னொரு தலையை தானே கடித்துத் துண்டாக்கியது. அதைப் பார்த்தவர்கள் அப்படியே ஆச்சர்யப்பட்டனர். துண்டான கழுத்திலிருந்த வந்த இரு தலைகளுக்கும் கண் தெரிந்ததால் அது கடலின் திசையையும் அதற்கு தடையாக நிற்போரையும் அறிந்து கொண்டு அவர்களை கடிக்கச் சென்றது.

மேலும் மையத்தலை, கண்ணில் அம்பு எய்யப்பட்ட மற்ற தலைகளையும் கடித்துத் துண்டாக்கி, புதுத் தலைகள் வளர வழி செய்தது.

ஜித்ரசீலன், பெரிதாக இருக்கும் மையத்தலை மட்டுமே மற்ற சிறு தலைகளைக் கடிப்பதையும், சிறு தலைகள் மற்ற சிறு தலைகளைக் கடிப்பதில்லை என்பதையும் புரிந்து கொண்டார்.

வீரர்களிடத்தே மறுபடியும் கண்களைக் குறி பார்த்து அம்புவிடுத்து, அதை குருடாக்கச் செய்து விடச் சொன்னார்.

பெரும் ஈட்டி ஒன்றை ஒரு கையில் எடுத்துக் கொண்டு, மறுகையில் உடைவாளை உருவிக் கொண்டு, மையத் தலையை நோக்கிச் சென்றார். மையத்தலை மற்ற துணைத் தலையை கடித்துக் கொண்டிருக்கும் சமயத்தில் ஈட்டியை எடுத்து, மையத்தலையின் வாயிற்குள் மேல் அன்னத்தில் பலமாக குத்தி சொருகி விட்டு, அவரைக் கடிக்க வந்த மற்றத் தலைகளை துண்டாக்கி விட்டு அங்கிருந்து விலகி வந்தார்.

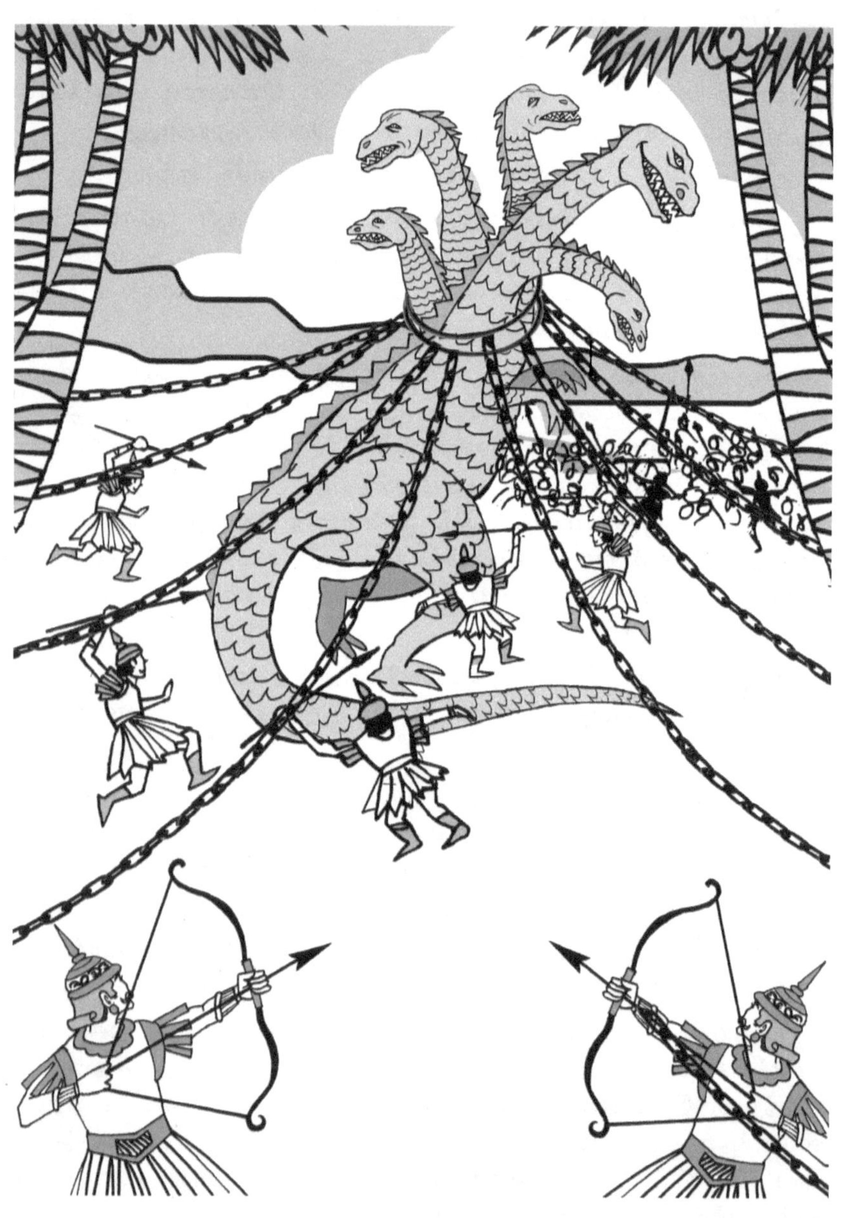

அதன் மையத் தலையால் வாயை மூடவும் முடியவில்லை. அதனால் மற்ற கண் தெரியாத தலைகளை கடிக்கவும் முடியவில்லை.

புதிதாக வளர்ந்த தலைகளின் கண்களின் மீது அம்புகளை விடச் சொன்னார். பின்னர் மறுபடியும் இரும்புச் சங்கிலிகளைக் கொண்டு அதன் உடலைச் சுற்றச் சொன்னார். அங்கும் இங்குமாக பெரிய கழுத்துகளைக் கொண்டு அசைந்து கொண்டிருக்கும் தலைகளையும் ஒன்று சேர்த்தி சங்கிலியால் கட்டச் சொன்னார்.

புதிதாக வளர்ந்து கொண்டிருக்கும், முன்னங்கால் இரண்டையும், பின்னங்கால் இரண்டையும் ஒன்றாக இறுக்கிக் கட்டச் சொன்னார்.

அதன் வளர்ந்து கொண்டிருக்கும் வாலை, வாளைக் கொண்டு வெட்டச் சொன்னார்.

ஹைட்ரா மறுபடியும் வளர ஆரம்பித்தால், இதிலிருந்து மறுபடியும் தப்ப முயலும் என்று எண்ணி, அங்கு இருந்த எட்டு குதிரைகள் பூட்டிய வண்டியை உடனடியாக வரவழைத்து, ஹைட்ராவை தலை கீழாக பெரிய சங்கிலியைக் கொண்டு குதிரை வண்டியில் கட்டி, உடைவாளையும், வில்லையும், சாதாரண அம்புகள் மற்றும் வெடி அம்புகளைக் கொண்ட அம்புராத்துணிகளையும், எடுத்துக் கொண்டு, தன்னுடன் மூன்று வீர்களையும் வண்டியில் ஏற்றிக் கொண்டு, வண்டியை எரிமலையின் வாயிற்பகுதியை நோக்கிப் போகச் சொன்னார்.

சில குதிரை வீரர்களைத் தம் வண்டிக்குப் பின்னால் சிறிது தூரம் இடைவெளி விட்டு வரச் சொன்னார்.

குதிரைகள் சீறிப் பாய்ந்து வண்டியை பெரும் வேகத்துடன் இழுத்து, ஹைட்ராவை தலைகீழாகத் தரத தரிவன இழுத்துச் சென்றது.

மழை நின்றிருந்ததால் ஒருவர் தீப்பந்தத்தைப் பிடித்துக் கொண்டும், மற்றொருவர் வண்டியை ஓட்டிச் செல்லவும் ஏதுவாக இருந்தது. ஜித்ரசீலரும், இன்னொரு வீரரும், பின்புறம் ஹைட்ராவின் வால் வளர வளர வெட்டிக் கொண்டே இருந்தனர்.

அவர்கள் மலையின் மீது சென்று கொண்டிருக்கும் போது ஹைட்ரா சற்று வளர ஆரம்பித்தது. குதிரைகள் அதை இழுத்துச் செல்ல பெரும் சிரமப்பட்டன. இருந்தாலும் வண்டியின் சாரதி வேகத்தைக் குறைக்காமலும், ஹைட்ரா சாலையின் விளிம்புக்குச் செல்லாதபடியும் வண்டியைச் செலுத்திக் கொண்டிருந்தான்.

அப்போது வண்டிக்கும், பின்னால் வந்து கொண்டிருந்த குதிரை வீரர்களுக்குமிடையே நிலச்சரிவு ஏற்பட்டு பாதையை இடைமறித்ததால் குதிரை வீரர்களால் அவர்களை பின் தொடர முடியவில்லை.

கிட்டத்தட்ட எரிமலையின் முகப்பிற்கு பாதி தூரம் வந்த நிலையில், மையத் தலையில் குத்தி வைக்கப்பட்டிருந்த ஈட்டி தரையில் உராய்ந்து கீழே விழுந்தது. அதனால் ஏற்பட்ட காயமும் அதற்கு விரைவாக ஆறியபடியால், அது தன் அருகே நெருக்கமாக இருக்கும் தலையைக் கடித்துத் துண்டாக்கியது. தலையில்லாத கழுத்து, தலைகளைச் சேர்த்துக் கட்டப்பட்ட சங்கிலியில் இருந்து வழுக்கிக் கொண்டு வெளி வந்தது.அதைக் கண்ட ஜித்ரசீலருக்கு அருகே இருந்த வீரர் "அங்கே பாருங்கள், அந்தக் கழுத்து கட்டிலிருந்து வெளி வந்துவிட்டது" என்று அலறினார்.

அந்தக் கழுத்திலிருந்து இரு தலைகள் வளர ஆரம்பித்தன. அவை காற்சங்கிலியை கடிக்க முயன்றன.

ஜித்ரசீலரும் அந்த வீரரும் அதன் கண்களின் மீது அம்புவிட குறி பார்க்க முயன்றனர். ஆனால் வண்டி குண்டும் குழியிலும் குதித்தும் ஆடியும் சென்றதாலும், அந்த இரு தலைகளும் வேறுபுறமாக திரும்பியிருந்ததாலும் அவற்றின் கண்களை வண்டியிலிருந்தபடி அவர்களால் பார்க்க முடியவில்லை.

ஜித்ரசீலர், "இருளில் ஆடிக் கொண்டிருக்கும் அதன் தலைகளின் கண்களைக் குறி பார்ப்பது சிரமம், நீ வெடி அம்பைப் பயன்படுத்தி அதன் சங்கிலியைக் கடிக்க வரும் தலைகளைத் துண்டாக்கு, அது வெடிக்கும் போது வரும் ஒளியில் நான் சாதரண அம்புகளைக் கொண்டு மையத் தலையின் வாயில் அம்பு எய்து அது மேற்கொண்டு மற்ற தலைகளைக் கடிப்பதைத் தவிர்க்க முயலுகிறேன்." என்று சொன்னார்.

அதே போல் அவனும் காற்சங்கிலியைக் கடிக்க வரும் தலைகளை வெடி அம்புகளைக் கொண்டு துண்டாக்க, அதிலிருந்து வந்த வெளிச்சத்தில் ஒரே முறையில் மூன்று அம்புகளையும் ஒருசேர சரியாக மையத் தலையின் வாயிலே எய்தினார். அதனால் மையத் தலையால் மற்ற தலைகளை கடிக்க இயலவில்லை.

ஆரம்பத்தில் வெளி வந்த ஒற்றைக் கழுத்து இப்போது நான்காகப் பிரிந்து அதிலும் தலைகள் வளர ஆரம்பித்தது. "தளபதியாரே இப்போது என்ன செய்வது?" என்று தயக்கத்துடன் கேட்டான்.

"நம்மால் முடிந்தவரை வளர்ந்து கொண்டிருக்கும் அத்தலைகளின் வாயில் அம்பு எய்யலாம்" என்று சொல்ல, இருவரும் அவற்றின் வாயில் சாதாரண அம்புகளை எய்து அந்த நான்கு தலைகளையும் சங்கிலியைக் கடிக்க முடியாதபடி செய்தனர். அவ்வப்போது அதன் வாலையும் துண்டாக்கினர்.

கிட்டத்தட்ட கால்வாசி தூரம் மட்டுமே மீதமுள்ள நிலையில் சாலையில் இருந்த குழியில் சக்கரம் வழுக்கிக் குடை சாய்ந்தது. கீழே விழுந்ததில் ஜித்ரசீலருக்கும், அவர் அருகே இருந்த வீரனுக்கும் பெரிதாக அடிபடவில்லை. ஆனால் தீப்பந்தத்தைப் பிடித்துக் கொண்டு வந்தவனும், சாரதியியும் வண்டிக்கடியில் மாட்டிக் கொண்டனர்.

ஜித்ரசீலரும் அவருடன் இருந்த வீரரும் வண்டியைத் தூக்க முயன்றனர். ஆனால் தரையில் சேறாக இருப்பதால் வழுக்கிக் கொண்டே சென்றது. பெரும் சிரமப்பட்டு ஜித்ரசீலர் வண்டியைச் சற்றே உயர்த்த, அவருடன் இருந்த வீரன் வண்டிக்கடியில் மயங்கிக் கிடந்தவர்களை வெளியே இழுத்துப்போட்டான்.

ஜித்ரசீலரும் அவனும் சேர்ந்து எவ்வளவு முயன்றும் வண்டியைத் திருப்பி நேரே நிறுத்த முடியவில்லை.

"பின்னால் ஏதேனும் இருக்கிறதா என்று பார்" என ஜித்ரசீலர் சொல்ல, கீழே கிடந்த தீப்பந்தத்தை எடுத்துக் கொண்டு வண்டியைச் சுற்றி வந்து பார்த்தான். "இங்கு பெரிய பாறை இருக்கிறது. நம் வண்டியின் ஒரு பகுதி உடைந்து பாறையில் சொருகியிருக்கிறது. நாம் வண்டியை சற்று இடப்புறமாக நகர்த்தினால் மட்டுமே வண்டியைத் திருப்ப முடியும்" என்று கத்தினான்.

அச்சமயத்தில் ஹைட்ரா பள்ளத்தாக்கினை நோக்கி நகர்வதைப் பார்த்த ஜித்ரசீலர் வண்டியை மெதுவாகக் கீழே வைத்துவிட்டு, "வீரனே இங்கே வா.. ஹைட்ரா நகர்கிறது. நாம் இதை சற்றுத் தள்ளிப் போட முயலுவோம்" என்று கத்தினார்.

அவன் தீப்பந்தத்தை வண்டியிலே சொருகி விட்டு அவசரமாக ஓடி வந்தான்.

மழை லேசாக தூவ ஆரம்பிக்க, அவர்கள் இருவரும் ஹைட்ராவின் சங்கிலியைப் பிடித்து இழுத்தனர். பெரிதாக வளர்ந்திருந்த ஹைட்ராவின் வால் அதன் அருகாமையிலிருந்த வீரனைச் சுழற்றியடித்தது. அவன் "ஆ.." என்று சத்தமிட்டு உருண்டு பள்ளத்தாக்கில் விழுந்தான்.

ஜித்ரசீலன் ஹைட்ராவின் வாலைத் தன் வாளால் துண்டாக்கி விட்டு, அதைக் கட்டியிருந்த சங்கிலியை தன் வாளில் சுற்றி, வாளைத் தரையில் வேகமாகப் பாய்ச்சி, ஹைட்ரா மேலும் நகர முடியாதபடி செய்ய முயன்றார். அவர் தன் ஒட்டு மொத்த பலத்தையும் உபயோகித்து, வாள் தரையிலிருந்து உருவி விடாதபடி அதன் கைப்பிடியைப் பிடித்து ஹைட்ராவிற்கு எதிர்த்திசையில் இழுத்துக் கொண்டிருந்தார். ஆனாலும் தரையில் மிகவும் சேறாகவும் நிலையற்றதாகவும் இருந்ததால் ஹைட்ராவுடன் சேர்த்து தரையில் குத்தப் பட்டிருந்த வாளும் அதைப் பிடித்திருந்த அவரும் நகர்த்தப்பட்டார்கள். இன்னும் ஐந்தடிகள் நகர்ந்தால் அது பள்ளத்தாக்கில் சரிந்து தப்பிவிடும் போலிருந்தது.

மழை வேகம் பிடித்தது. ''இதை எப்படி மேல் இழுக்கப் போகிறேன். இங்கிருந்து எரிமலையின் வாயிற்கு வெறும் நானூறு அடிகளே இருக்கின்ற நிலையில், இந்த வண்டியும் இல்லாமல் இதை எப்படி எடுத்துச் செல்வேன் ஆண்டவா..! அந்தப் பறக்கும் குதிரையாவது இங்கு இருந்தால் மிகவும் நன்றாக இருக்கும்!'' என்று எண்ணிய அடுத்த நொடியே, அரண்மனைக் குதிரைலாயத்திலிருந்த வெள்ளை நிற பறக்கும் குதிரை, சங்கிலிகளை அற்றுக் கொண்டு தன் பெரிய இறக்கைகளை வேகமாக அடித்து இடியும் மின்னலுமாக இருந்த வானத்தை நோக்கிப் பறந்தது.

ஏறக்குறைய ஹைட்ரா மலைத் தடாகத்தின் விளிம்பை எட்டிய நிலையில், ஜித்ரசீலனுக்குத் தன் கண்களில் கண்ணீரே வந்து விட்டது. இனி அவ்வளவு தான் என்று தன் கண்களை மூடிக் கொண்டார்.

அப்போது அங்கு வந்த பறக்கும் குதிரை தன் முன்னங்காலால் அதை சாலையை நோக்கி உருட்டியது. சங்கிலியின் இறுக்கம் தளர்ந்ததால் ஜித்ரசீலன் தடுமாறி பின்னால் உட்கார்ந்த நிலையில் விழுந்தார். அவர் என்ன நிகழ்ந்தது என்று கண்களைத் திறந்து பார்க்கையில் மின்னலடிக்கும் வானத்தில் தன் பெரிய இறக்கைகளை விரித்துப் பறந்து கொண்டிருந்தது வெள்ளைக் குதிரை.

அதை ஆச்சர்யத்துடன் பார்த்துவிட்டு, அக்குதிரையிடம் சென்று அதன் தலையைத் தொட, தன் கையை அதனருகே கொண்டு செல்ல, அதுவே தன் தலையால் அவர் கையைத் தொட்டது. அவருக்கு சந்தோசத்தில் புன்னகை வந்தது. பிறகு அதன் தலையில் ஒரு முத்தம் கொடுத்து விட்டு, அதன் கழுத்தில் கட்டியிருந்த

இரும்பு வடத்தில் தொங்கிக் கொண்டிருந்த சங்கிலியுடன் ஹைட்ராவின் சங்கிலியை இணைத்தார். வளர்ந்திருந்த ஹைட்ராவின் வாலைத் துண்டாக்கினார். வெடி அம்பு கொண்ட அம்புறாத்துணியையும் வில்லையும் எடுத்துக் கொண்டு குதிரையின் கழுத்து அருகே வந்து அதனை தடவிக் கொடுத்தார். இம்முறை அதுவே கழுத்தைத் தணித்தது. அவர் அக்குதிரையின் மீது ஏறி அமர்ந்தார். எரிமலையின் வாயிற்குச் செல் என்றார்.

குதிரை இறக்கையைப் பலமாக அடித்துக் கொண்டு, ஹைட்ராவைத் தூக்கிக் கொண்டு மேலே பறந்தது. ஜித்ரசீலனுக்கு மிகவும் ஆச்சர்யமாகவும் வினோதமாகவும் இருந்தது. எரிமலை வாயிற்கு அருகே செல்லும் போது அவர் கீழே பார்த்தார். மஞ்சளும் ஆரஞ்சு நிறமும் கொண்டு எரிமலைக் குழம்பு கொதித்துக் கொண்டு இருந்தது. அதன் அனலை வானத்திலும் உணர முடிந்தது. ஹைட்ரா கீழே ஆடியபடி தொங்கிக் கொண்டிருந்தது. ஹைட்ரா சரியாக அக்குழம்பிற்கு நேர் வந்ததும், தன் வெடி அம்பை ஹைட்ராவையும் குதிரையும் இணைத்திருக்கும் சங்கிலியின் மீது எய்தார். அம்பு சங்கிலியில் பட்டு வெடித்ததில் சங்கிலி துண்டிக்கப்பட்டு, அது நேரே எரிமலைக் குழம்பிலேயே விழுந்தது. அது அப்பவும் வெளியே வர முயன்றது. அதன் உடம்பில் அப்படியே நெருப்பு பற்றிக் கொண்டு எரிந்தது. பின் அது குழம்புக்குள்ளே இழுக்கப்பட்டது. அதன் மையத்தலை மட்டும் இறுதியாக ஒரு முறை உறும முயன்று வாயைப் பிளந்தது. ஆனால் அதன் பிளந்த வாயிற்குள்ளும் எரிமலைக் குழம்பு புகுந்தது. அது அப்படியே சிலையைப் போல் உள்ளுக்குள் முழுவதுமாகச் சென்றது.

8

அடுத்த நாள் எரிமலைத் தீவே கோலாகலம் பூண்டது. ஜித்ரசீலரையே மக்கள் மன்னனாக ஏற்று, அவரையே அரியணையில் அமர வைத்தார்கள். அவருக்கு அவையின் தேஜஸ்வித் தகட்டிற்கு முன்னால் உள்ள சிம்மாசனத்தில் உட்காருவதற்கு ஏதோ மாதிரி இருந்தது. அவர் எப்போதுமே மன்னராக ஆசைப்பட்டதே இல்லை. இருந்தாலும் மக்களுக்கு நல்லது செய்ய வேண்டும் என்ற எண்ணத்தில் அப்பதவியை ஏற்றுக் கொண்டார்.

அவர் உடனடியாகச் சமரிக்குச் சென்று மார்தாண்ட வர்மரை சந்தித்து தம் மக்களைக் கபிலைத் தீவுக்கு இடம் பெயர வைக்க வேண்டிய விஷயத்தைச் சொல்லலாம் என்று நினைக்கும் போது அவரே சமரித் தீவிற்கு வருகை தந்தார்.

அவர் அவைக்கு வந்ததும் ஜித்ரசீலர் அந்த வயதான மன்னருக்கு எழுந்து நின்று மரியாதை செலுத்தினார். சமரியைப் போன்ற பெரும் நாட்டின் மன்னர் முன்னால் தான் எப்படி அரியணையில் உட்காருவது என்று நின்று கொண்டே இருந்தார்.

அதைப் புரிந்து கொண்ட மார்த்தாண்ட வர்மர் ஜித்ரசீலனை வலுக்கட்டாயமாக அமரச் சொன்னார்.

"ஜித்ரசீலரே... பல தீவு மன்னர்களும் என்னையும் உட்பட அந்த கொடூர ஹைட்ரா முட்டையிலிருந்து வெளிவந்துவிட்டால் நடக்கப் போகும் விளைவுகளை எண்ணி அஞ்சினோம். ஆனால் தான் அதைக் கொன்று பெரும் பராக்கிரமசாலி என்று நிரூபித்துவிட்டீர்கள்."

"மதிப்பிற்குரிய அரசே.. நீங்கள் மிகைப்படுத்திச் சொல்கிறீர்கள். நான் மட்டும் இதைத் தனியாகச் செய்யவில்லை. எம்வீரர்களும் மகத்தான பணியை ஆற்றினார்கள். அவர்கள் இல்லாமல் இதை செய்திருக்க முடியாது."

அப்போது அங்கு நின்று கொண்டிருந்த வீரர்கள் பெருமிதம் கொண்டார்கள். "வாழ்க ஜித்ரசீலர்..வாழ்க மன்னர் புகழ்..." என்று கோஷமிட்டார்கள்.

"உங்கள் தன்னடக்கம் என்னை மெய் சிலிர்க்க வைக்கிறது"

"அரசே! நானே நேரில் வந்து உங்களைச் சந்திக்க வேண்டும் என்றிருந்தேன். இத்தீவிலுள்ள எரிமலை என் கணிப்புப்படி

இன்னும் ஒரு மாதத்திற்குள் வெடிக்கும் என்று நினைக்கிறேன். அதனால் எங்கள் மக்களை உங்கள் சாம்ராஜ்ய எல்லைப் பகுதியில் உள்ள கபிலைத் தீவிற்குக் குடி பெயர வைக்க உங்கள் அனுமதி வேண்டும்"

அதைக் கேட்ட வர்மர் புன்னகை கொண்டார். ஜித்ரசீலனுக்கு அப்புன்னகையின் அர்த்தம் புரியவில்லை.

"ஜித்ரசீலரே.. நான் உங்களிடம் உதவி கேட்கவே இங்கு வந்தேன். இப்போது நீங்கள் என்னிடம் கேட்கிறீர்கள்"

"புரியவில்லை"

"என் புதல்வர்கள் கதை உங்களுக்குத் தெரியும் என்று நினைக்கிறேன். என் முதல் புதல்வன் கப்பலில் சென்று கொண்டிருக்கும் போது கடற்புயலில் சிக்கி உயிர் துறந்தான். எனது இரண்டாவது புதல்வன் நபினி பரணி தீவுக்கூட்டத்தைக் கைப்பற்றும் போரில் மாண்டான். ஆனால் நீங்கள் அத்தீவுக்கூட்டத்தை வெறும் சில போர்க் கப்பல்களைக் கொண்டே கைப்பற்றிய போதே, நீங்கள் பெரும் வீரர் என்று நினைத்தேன். இப்போது இராட்சத மிருகமான ஹைட்ராவைக் கொன்று மாவீரன் என்று காண்பித்துவிட்டீர். எனக்கோ வயதாகிக் கொண்டிருக்கிறது. எனக்குப் பிறகு எனது ராஜ்யத்தை யாரிடம் ஒப்படைப்பது என்று என் மனதில் தீராக் கேள்வி எழுந்து கொண்டே இருக்கிறது. எனது மகள் நித்திலவல்லியும் கல்யாணப்பருவத்தில் இருக்கிறாள். நீங்கள் மனம் வைத்தால், எனது மகள் நித்திலவல்லியை ஒரு மாபெரும் வீரருக்கு மணமுடிக்க வேண்டும் என்ற எனது விருப்பமும், உம்மைப் போல் ஒரு வீரரும் நல்ல உள்ளமும் கொண்ட மனிதரிடத்தே தன் ராஜ்ஜியத்தை ஒப்படைக்க வேண்டும் என்ற எனது நோக்கமும் நிறைவேறும்" என்றார்.

ஜித்ரசீலனுக்கு என்ன சொல்வது என்றே தெரியவில்லை.

"சரி என்று சொல்லுங்கள்" என்றார் வர்மர்.

"இது என் பாக்கியம்." என்றார் ஜித்ரசீலன் புன்னகைத்தபடியே.

"மிக்க மகிழ்ச்சி.. அப்போது திருமணத் தேதியை குறித்துவிட்டு உங்களுக்குச் சொல்லி அனுப்புகிறேன். நீங்கள் விரும்பினால் உங்கள் மக்களை கபிலையில் மட்டுமல்லாது சமரியிலும் கூட குடி அமர்த்திக் கொள்ளுங்கள். எனக்கு எந்த ஒரு ஆட்சேபனையும் இல்லை. இப்போது நான் விடைபெற்றுக் கொள்கிறேன்" என்று சொன்னவரை மதிய விருந்தளித்து உபசரித்து அனுப்பினார். பின்

குதிரைலாயத்தில் நின்று கொண்டிருந்த பறக்கும் குதிரையிடத்தே சென்றார். பறக்கும் குதிரையின் கழுத்தில் போடப்பட்டிருந்த இரும்பு வடமும் சங்கிலியும் அகற்றப்பட்டிருந்தன.

அவர் குதிரையை தடவிக் கொடுத்து அதன் மீது ஏறி அமர்ந்தார். "உனக்கு என் தாய் தந்தையர் எங்கு இருக்கிறார்கள் என்று தெரியுமா" என்றார். அது மேலும் கீழுமாக தலையாட்டியபடி கனைத்தது.

அவருக்கு புதிய உற்சாகம் வந்தது. பின் ஒரு கப்பல் தலைவனிடம் தன்னை கப்பலில் பின் தொடரச் சொல்லி விட்டு, மெதுவாகக் குதிரையில் பறந்தார். அக்குதிரை சிரேன் என்ற சிறிய அழகிய தீவிற்குச் அழைத்துச் சென்றது. அங்கு அவர் தந்தை சண்முகநாதர் குடில் அமைத்துக் குருகுலம் நடத்தி வந்தார். ஜித்ரசீலன் அங்கு வந்த போது, மீனவச் சிறுவர்களுக்குப் பாடம் சொல்லிக் கொடுத்துக் கொண்டிருந்தார். பறக்கும் குதிரையைப் பார்த்ததும் சிறுவர்கள் ஆச்சர்யத்தில் துள்ள, தன் தந்தையைப் பார்த்ததும், ஜித்ரசீலன் பாசத்தில் துள்ளினார். குதிரையிலிருந்து இறங்கி தன் தந்தையிடம் சென்று கட்டியணைத்துக் கொண்டார். குழந்தைகளின் அளவிற்கதிகமான ஆரவாரச் சத்தத்தைக் கேட்ட அவரது தாய் மீனாட்சியம்மாள் குடிலில் இருந்து வெளியே வந்து பார்த்தார். தன் மகனைக் கண்டதும் அளவற்ற மகிழ்ச்சி கொண்டார். ஜித்ரசீலன் அவரிடமும் சென்று அவரையும் கட்டிக் கொண்டார். அவர் தன் மகனுக்கு நெற்றியில் முத்தமிட்டு மகிழ்ந்தார்.

"எங்களுக்குத் தெரியும் நீ இங்கு வருவாயென.." என்றார் அவர் தந்தை.

"நீங்கள் எப்படி இங்கு வந்தீர்கள்"

"உக்கிரசேனனின் ஆட்கள், எங்களை வேறு ஏதோ தீவிற்குத் தான் அழைத்துச் செல்ல திட்டமிட்டிருந்தார்கள். ஆனால் இடையே புயல் வந்ததால், கப்பல் கவிழ்ந்தது. நானும் உன் அம்மாவும் எப்படியோ ஒரு படகில் ஏறித் தப்பித்து இங்கு வந்து சேர்ந்தோம். இத்தீவின் தலைவர் சுந்தரனார் நல்ல மனிதர் எங்களுக்கு உணவும் உறைவிடமும் கொடுத்து எங்களை இங்கேயே தங்கும்படி சொன்னார். நீ எப்படியும் எங்களை தேடிக் கண்டுபிடிப்பாய் என்ற நம்பிக்கையில் இங்கேயே இருந்தோம். எண்ணியபடியே நீயும் வந்துவிட்டாய்" என்றார் சண்முகநாதர்.

பின்னர் ஜித்ரசீலன் நடந்தவற்றைக் கூறினார். பின் அத்தீவின் தலைவர் சுந்தரானாரிடம் நன்றியையும், தன் கல்யாணத்திற்கு அழைப்பையும் விடுத்து விட்டு அங்கு வந்து சேர்ந்த கப்பலில் கிளம்பினார்கள்.

இரண்டு வாரங்களில் எரிமலைத் தீவின் மக்கள் சிலர் கபிலைத் தீவிலும், சிலர் சமரித் தீவிலும் குடி பெயர்ந்தனர். அவர்கள் இடம்பெயர்ந்த ஐந்தாம் நாளே எரிமலை வெடித்தது. அத்தீவு முழுவதும் எரிமலைக்குழம்பால் நிரம்பியது.

அதற்கு அடுத்த வாரம், மாவீரரான ஜித்திரசீலுனுக்கும் அழகிய நித்திலவல்லிக்கும் விவாகம் நடந்தது. பின் அவர் ராஜ்ஜியப் பொறுப்பையும் ஏற்றுக் கொண்டு சமரி மற்றும் கபிலையின் அரசரானார். இரு தீவுகளையும் சிறப்பாக ஆட்சி புரிந்தார். மக்கள் சீரும் சிறப்புமாக வாழ்ந்தார்கள்.

இனிதே நிறைவுற்றது.